व्यक्तिमत्व विकासाच्या

उत्कृष्टतेकडे

Towards Excellence

व्यक्तिमत्व विकासाच्या

उत्कृष्टतेकडे

Towards Excellence

जयप्रकाश भालचंद्र झेंडे

डायमंड पब्लिकेशन्स

उत्कृष्टतेकडे

Towards Excellence

जयप्रकाश भालचंद्र झेंडे

प्रथम आवृत्ती – नोव्हेंबर २००८

ISBN 978-81-8483-053-8

अक्षरजुळणी
डायमंड पब्लिकेशन्स, पुणे

मुखपृष्ठ
शाम भालेकर

प्रकाशक
डायमंड पब्लिकेशन्स
१२५५ सदाशिव पेठ, लेले संकुल
पहिला मजला, निंबाळकर तालमीसमोर
पुणे ४११ ०३०. ☎०२०-२४४५२३८७
diamondpublications@vsnl.net
www.diamondbookspune.com

प्रमुख वितरक
डायमंड बुक डेपो
६६१, नारायण पेठ, अप्पा बळवंत चौक
पुणे ४११ ०३०. ☎०२०-२४४८०६७७

माझी पत्नी जयश्री, छोटा मुलगा परेश आणि सून प्रांजली
यांना प्रेमपूर्वक.

कारण ते माझ्या प्रत्येक निर्मितीची पहिली शिकार झाले
आहेत. त्यांनी वेळोवेळी केलेल्या बहुमोल सूचनांमुळे माझी
ही निर्मिती अधिक चांगली आणि वाचनीय झाली आहे.

– जयप्रकाश भालचंद्र झेंडे

मनोगत

छोट्या, छोट्या गोष्टींनी पूर्णत्व येते
परंतु पूर्णत्व ही काही छोटी गोष्ट नाही

– मायकेल अँजलो

उत्कृष्टता म्हणजे नेमके काय हे सांगणारं हे वाक्य मनात सतत थैमान घालत असते. प्रत्येकाचे ध्येय आयुष्याच्या कुठल्यातरी अंगात उत्कृष्टता आणणे हेच असायला हवे. याप्रमाणे आयुष्यातील जेवढी अंगे त्यात वाढतील तेवढे प्रगल्भ व्यक्तिमत्त्व आपणाला साकार करता येईल. माझे वडील व्यवसायाने डॉक्टर होते. अक्षरापासून विचारापर्यंत, व्यक्तिमत्त्वापासून दैनंदिन आचरणापर्यंत सर्वच गोष्टी उत्तम प्रकारे कशा कराव्यात ही त्यांची शिकवण. आपण ज्या गोष्टी शिकवतो त्या तंतोतंत अमलात आणण्यावरही त्यांचा कटाक्ष असे. पुढे कारखान्यात काम करतानाच 'क्वालिटी सर्कल' या चळवळीत काम करण्याची संधी मिळाली. आपल्या दैनंदिन कामात तन्मय होऊन उत्कृष्टता साधणे ही या चळवळीची प्रमुख शिकवण. या चळवळीतील सहभागामुळे 'उत्कृष्टता' या विषयात रस निर्माण झाला. आपोआपच या विषयावर बरेच वाचन आणि चिंतनही करायला मिळाले.

सेवानिवृत्तीनंतर 'दैनिक सकाळ' या पुण्यातील लोकप्रिय वृत्तपत्रात लिखाण सुरू झाले. अनेक वाचकांनी या लेखांचे पुस्तक काढावे असा आग्रह धरला. त्या आणि इतर काही लेखांचे रूपांतर या पुस्तकात झाले आहे. या पुस्तकात जाणून-बुजूनच कोणताही विशिष्ट क्रम ठेवलेला नाही. यामुळे कोणत्याही प्रकरणापासून हे पुस्तक वाचता येईल. यातील प्रत्येक प्रकरण हे स्वतंत्र आहे. 'उत्तम बना' हा सर्वसाधारण धागा असणारे हे लिखाण आहे. वेळोवेळी वाचकांनी व्यक्त केलेल्या प्रतिक्रिया आणि सुचवलेले विषयही ओघानेच या पुस्तकात समाविष्ट केलेले आहेत.

माझ्या बऱ्याच मित्रांनी मला विचारले की व्यवसायाने इंजिनिअर असूनही मी हे लिखाण का आणि कसे केले ? या प्रश्नातील पहिल्या प्रश्नाला उत्तर नाही. मला असे वाटते की बोलण्या लिहिण्यामागे एकच हेतू असतो की आपल्याला काही उत्कटतेने वाटलेले असते. संपर्कातील काही लोकांनी त्याबद्दल उत्सुकताही दाखवलेली असते. हे सर्व इतरांनाही सांगावे असे मला मनापासून वाटले. दुसऱ्या प्रश्नाबद्दल म्हणाल तर माझ्या करिअरमध्ये मला अनेक विषयांवर प्रशिक्षण घेण्याची संधी मिळाली त्याचबरोबर विविध विषयांवर व्याख्यानेही द्यावी लागली. त्यामुळे अनायासे वाचनही घडत गेले.

टाचणेही काढावी लागली. अनेक विद्वान मंडळीची भाषणेही ऐकायला मिळाली. काही मित्रमंडळीनी अशा लेखांचा आग्रह धरला आणि त्याचे पर्यवसान लेखनाच्या सवयीत झाले. वर्तमानपत्रांतून नियमितपणे लेख प्रसिद्ध होऊ लागले. अनेक वाचकांनी फोन वरून, इ-मेल द्वारे संपर्क साधले. पुढील लेखनासाठी लागणारी प्रेरणा आणि समाधान यातूनच मिळत गेले. या सर्वाचे रूपांतर लिखाणाच्या छंदात केव्हा आणि कसे झाले हे कळलेच नाही. अन्यथा शिक्षणासाठी घरापासून दूर असताना आई-वडिलांना पत्र पाठवणही जड जात होते. वसतिगृहात रोजची डायरी लिहिली नाही किंवा त्यात तोच तोच रटाळपणा असतो म्हणून बोलणीही खावी लागत.

हे सर्व लेख वाचून एक दोन प्रकाशकांचे फोनही आले. पण मी फारसे मनावर घेतले नव्हते. मित्राने प्रकाशित केलेल्या एका पुस्तकाचे परीक्षण लिहिताना श्री. दत्तात्रेय पाष्टे यांच्याशी संपर्क आला. त्यांनी मला हे पुस्तक प्रकाशन करायला आवडेल म्हणून तयारी दाखवली किंबहुना थोडा आग्रहच केला आणि हा योग आला. या पुस्तक प्रकाशनाचे खरे श्रेय त्यांचेच.

या पुस्तकातील बरेच लेख 'दैनिक सकाळ'मधून प्रसिद्ध झालेले आहेत. त्यांनी पुस्तक प्रकाशनास अनुमती दिली त्याबद्दल त्यांचा मी आभारी आहे. अनेक वाचक, नातेवाईक आणि मित्रांनी केलेल्या कौतुकामुळेच हे सर्व लिखाण होऊ शकले.

पुस्तक प्रकाशनानंतर होणाऱ्या आईच्या कौतुकाला मात्र मुकल्याची थोडी हुरहुर मनात दाटून येतेच.

- जयप्रकाश भालचंद्र झेंडे

लेखक परिचय

नाव	:	जयप्रकाश भालचंद्र झेंडे
फोन	:	२५४६४५८२
इ-मेल	:	jaiprakash47@yahoo.co.in
शिक्षण	:	चार्टर्ड इंजिनिअर, फेलो ऑफ इन्स्टिट्यूट ऑफ इंडस्ट्रियल इंजिनिअरिंग.
कार्यक्षेत्र	:	३५ वर्षे टाटा मोटर्समध्ये वरिष्ठ पदावर काम. ५ वर्षे फ्रीलान्स ट्रेनर, एम्प्लॉयी इन्व्हॉल्व्हमेंट स्कीममध्ये सल्लागार.
विशेष कामगिरी	:	❍ लाईफमेंबर, इंडियन इन्स्टिटयूट ऑफ इंडस्ट्रियल इंजिनिअरिंग. ❍ लाईफमेंबर, क्वालिटी सर्कल फोरम ऑफ इंडिया. ❍ उमेद परिवार संस्थेचे संस्थापक विश्वस्त. ❍ इंडियन नॅशनल सजेशन स्कीम या संस्थेचे माजी व्हाइस चेअरमन. ❍ क्वालिटी सर्कलच्या संदर्भातील नॅशनल कन्व्हेन्शन्सचे जज्ज म्हणून कार्य. ❍ इन्स्टिट्यूशन ऑफ इंजिनिअर याचे रेफ्री. ❍ 'क्वालिटी सर्कल' या संकल्पनेसाठी मोठे कार्य. या विषयावर ३-४ पुस्तके प्रकाशित. ❍ 'शांतीपथ'या ध्यानधारणेवरील पुस्तकाचा अनुवाद प्रकाशित. ❍ आत्तापर्यंत १००० च्या वर ट्रेनिंग प्रोग्रॅम. ❍ १५००० च्या वर लोकांना ट्रेनिंग दिले आहे. ❍ विविध वृत्तपत्रांतून जवळ जवळ १०० लेख प्रकाशित.

अनुक्रमणिका

१

उत्कृष्टता

तीन माणसे दगड फोडण्याचे काम करीत होती. जवळून जाणाऱ्या एका सामाजिक कार्यकर्त्याने त्यातील पहिल्या माणसाला विचारले, "आपण काय करीत आहात ? त्यावर तो थोडा चिडूनच म्हणाला, "तुम्हाला दिसत नाही का ? मी दगड फोडतो आहे." समाज सुधारक जरा पुढे जातात आणि दुसऱ्याला विचारतात "आपण काय करीत आहात ?" तो उत्तर देतो "हे बघा माझे कुटुंब माझ्यावर अवलंबून आहे. त्यांचा चरितार्थ चालविण्यासाठी मी दगड फोडण्याचे काम करतो आहे." समाजसेवक जरा पुढे जाऊन तोच प्रश्न तिसऱ्या माणसाला विचारतात. त्यावर तो म्हणतो, "साहेब हे आमचे छोटे गाव आहे, रोज सकाळ-संध्याकाळ लोक येथे येतात. त्यांच्यासाठी इथे एक देवाचे मंदिर बांधले जात आहे. त्यासाठी लागणारे दगड फोडण्याचे काम मी करतो आहे."

काम एकच. त्यासाठी त्यांना मिळणारा मोबदलाही एकच पण त्यांची कामात गुंतवणूक वेगवेगळी. पहिल्याचे कामात फक्त हात गुंतलेले होते (म). दुसरा माणूस हाताने काम करीत असतानाच आपल्या डोक्याचाही वापर करीत होता. (२ म) आणि तिसऱ्या माणसाची मात्र कामात संपूर्ण (३ म) गुंतवणूक होती. या वेगवेगळ्या गुंतवणुकीमुळे कामाचा दर्जाही बदलतो. तिसऱ्या माणसाच्या हातून होणारे काम म्हणजेच उत्कृष्टता. प्रत्येक कामातून ते काम करणाऱ्याची स्वभाववैशिष्ट्ये प्रगट होतात. काम करणाऱ्याचा ठसा कामावर उमटत असतो. मग ते काम कुठलेही असो. कंपनीत एखाद्या व्यवस्थापकाचे असो वा कार्यालयात स्वच्छता करण्याचे असो, ते अतिशय तन्मयतेने आणि सर्वोत्तम करायला हवे. त्यात प्रत्येक वेळी थोडी थोडी सुधारणा करीत शेवटी अचूकतेकडे, पूर्णत्वाकडे वाटचाल करीत राहणे म्हणजेच उत्कृष्टता.

उत्कृष्टता म्हणजे अत्यंत उत्तम आणि कार्यक्षम काम. आपल्या क्षेत्रातील प्रत्येक कृतीत परिपूर्ण होण्याची इच्छा. मग हे क्षेत्र वैयक्तिक असो वा आपल्या गटाचे असो. ही उत्कृष्टता साधण्याची तळमळ वाटायला हवी, त्यासाठी आपले उद्दिष्ट साध्य होईपर्यंत प्रयत्नात सातत्य असायला हवे. उत्कृष्टता अशी बेचैनी, अस्वस्थता निर्माण करते की ती अत्युत्तम कामगिरी झाल्याशिवाय शांत होत नाही. मग सर्वसाधारणपणे काम कसे तरी उरकणे हे पटतच नाही. नुसती स्तुती किंवा मान्यता पुरेशी पडतच नाही.

उत्कृष्टता साधणारा माणूस सतत आपल्या कामगिरीचे मोजमाप करीत असतो आणि आपली कामगिरी उंचावत असतो. टीकेकडे सकारात्मकतेने बघतो, इतरांच्या सूचनांचेही आदराने स्वागत करतो आणि आपल्या कामगिरीचा दर्जात्मक आणि संख्यात्मक विकास करीत राहतो. आपल्यात चौकसपणा येतो. प्रयोग करून संशोधनाची लालसा उत्पन्न होते. प्रयत्नामध्ये सातत्य येते. सतत नवनवीन कल्पनांचा शोध घेतला जातो. कल्पक आणि संशोधक विचारांची निर्मिती होते. सतत सुधारणा करण्याची वृत्ती वाढते. त्यातूनच निर्धार जन्माला येतो. कार्यशीलता तयार होते आणि त्यातूनच आपल्यातले सर्वोत्तम बाहेर पडते. प्रभुत्व निर्माण होते. प्रेम वाढते. आयुष्याचा सर्वसामान्य दर्जाही वाढतो. उत्कृष्टता नेहमीच परिपूर्णतेकडे घेऊन जाते.

उत्कृष्टता अशी आणता येईल :

- आयुष्यात काही भव्य-दिव्य मिळवण्यासाठी कठोर मेहनत करणे.
- आपल्या आजूबाजूचे वातावरण स्वच्छ आणि नीटनेटके ठेवणे.
- आपल्या घराच्या अवतीभोवती सुंदरता निर्माण करणे.
- आपण जे जे काम कराल ते ते सर्व शक्यतो बिनचूक करणे.
- कोणतीही गोष्ट समजल्यावर तिचे अचूक पृथक्करण करण्याची कला आत्मसात करा. त्याची सवय लावा.
- आपण जे जे करता त्यात उत्तम गुणवत्ता असू द्या.
- आपल्या सर्व कामाचे सूक्ष्म मोजमाप आणि पृथक्करण करा.
- लक्षात घ्या, व्यक्तिगत उत्कृष्टतेतूनच उत्कृष्ट राष्ट्राची निर्मिती होते.

हे करा.

- जिथे जिथे उत्कृष्टता आहे त्याचे प्रयत्नपूर्वक निरीक्षण करा, समजावून घ्या आणि कौतुकही करा.
- ही मूल्ये असणाऱ्या व्यक्तींचा परिचय करून घ्या.
- याविरुद्ध काय आहे आणि सर्वसामान्यांचे आयुष्य कसे आहे हे समजावून घ्या.
- उत्कृष्टतेचे सकारात्मक परिणाम समजावून घ्या.
- टी. व्ही., सिनेमा, शहरात होणारे सार्वजनिक, धार्मिक आणि इतर कार्यक्रमातील उत्कृष्टता शोधा. प्रत्येक गोष्ट मग ती कितीही छोटी का असेना उत्कृष्टच असावी असा ध्यास घ्या.

□□

२

आयुष्यावर बोलू काही...

आपणा सर्वांना एका हावरट आणि श्रीमंत शेतकऱ्याची गोष्ट माहिती आहेच. ती अशी, या शेतकऱ्याला राजाकडून असे एक वचन मिळाले की तो एका दिवसात जेवढे अंतर चालेल तेवढी जमीन त्याला बक्षीस दिली जाईल. त्यासाठी अट अशी होती की चालायला तो जिथून सुरुवात करेल त्या ठिकाणी त्याने सूर्यास्तापर्यंत पोहोचायला हवे. दुसऱ्या दिवशी सकाळी या श्रीमंत शेतकऱ्याने वेगाने चालायला सुरुवात केली. कारण त्याला जास्तीत जास्त जमीन मिळवायची होती. दुपारी तो बराच दमला होता तरी चालतच राहिला, कारण भरपूर श्रीमंत व्हायची आयुष्यातील ही अपूर्व संधी त्याला गमवायची नव्हती.

दुपार सरल्यावर राजाने घातलेली अट एकदम त्याच्या लक्षात आली. जिथून सुरुवात केली तिथे त्याला सूर्यास्तापूर्वी परत पोहोचायचे होते. जास्तीत जास्त जमीन मिळवायच्या लोभामुळे तो आता खूप दूर आला होता. त्याने परतीचा प्रवास सुरू केला. त्याचे लक्ष सूर्यास्ताकडे होते. सूर्यास्त जवळ येऊ लागला तसा तो अधिक वेगाने परतू लागला. आपण अकारण फार दूर चाललो हे त्याच्या लक्षात आले, वेग अधिक वाढवणे प्राप्तच होते. तो पूर्णपणे थकला होता. त्याला श्वासही घेणे खूप अवघड जात होते. तरीही सर्व शक्ती पणाला लावून तो पळतच होता आणि अतिशय कष्टाने तो कसाबसा सकाळी निघालेल्या जागी येऊनही पोहचला. परंतु अती श्रमामुळे तो धाडकन जमिनीवर कोसळला. तो काही परत उठू शकला नाही. तो सूर्यास्तापूर्वी मूळ जागेवर तर पोहोचला त्यामुळे राजाने सर्व जमीन त्याला दिलीही पण त्याला मृत्यूला कवटाळावे लागले. शेवटी त्याला तेथेच पुरण्यात आले. त्यासाठी त्याला फक्त साडेतीन हाताची जागा पुरली. या गोष्टीत एक मोठेच सत्य दडलेले आहे. तो शेतकरी श्रीमंत होता की नाही हे महत्त्वाचे नाही, अती हव्यासाने, लोभामुळे भारलेल्या कोणत्याही माणसाचा शेवट हा याच पद्धतीने होतो हे मात्र विदारक सत्य आहे.

ही गोष्ट म्हणजेच आपल्या आजच्या जीवनाचे प्रवासवर्णनच नाही का? मती गुंग करणारी गती आपल्या आयुष्याला आली आहे. प्रत्येक जण वेगाने, अधिक वेगाने नुसता धावतो आहे. आपण दिवसा मागून दिवस पैसा, अधिकार आणि मान्यता मिळवण्यासाठी जिवाच्या आकांताने धावतच राहातो ना ? असे करीत असताना आपण

आपले आरोग्य खर्चून बसतो आणि नंतर आरोग्य परत मिळवण्यासाठी आपल्याला मिळवलेली सर्व संपत्ती खर्चावी लागते. मग एक दिवस आपल्या लक्षात येते की हे सर्व मी का केले ?

खरच पैशाची आपल्याला किती गरज असते? पण हे लक्षात येते तेव्हा मात्र आपण काळ मागे नेऊ शकत नाही आणि गमावलेल्या गोष्टीही आपण परत मिळवू शकत नाही. आपण समोर असलेली शिडी तर दमछाक करून बरीच वर चढून आलेलो असतो परंतु वर आल्यावर आपल्या लक्षात येते की ही शिडीच आपण चुकीच्या भिंतीवर लावलेली आहे. आयुष्य म्हणजे नुसता पैसा, नुसती सत्ता, नुसता अधिकार मिळवणे नाही ! आयुष्य म्हणजे नुसते काबाड कष्ट करणेही नाही. आयुष्य जगण्यासाठी पैसा गरजेचा आहे हे खरे. पण किती ? पैसा साधन आहे परंतु साध्य मात्र नक्कीच नाही.

वैयक्तिक आयुष्य, कुटुंब, विरंगुळा आणि काम यात समतोल हवा. आपल्या आयुष्यात हा समतोल कसा आणायचा हे आपल्यालाच ठरवावे लागते. आपला प्राधान्यक्रम ठरवा. आयुष्य ही एक तडजोड आहे हे लक्षात ठेवा पण असे निर्णय घेताना आपले अंतर्मन काय सांगते याकडे लक्ष द्या. त्याच्याकडे कानाडोळा तर नक्कीच व्हायला नको. मनाचा आनंद हेच तर आयुष्याचे सार आहे. त्यानेच आयुष्याला अर्थ येतो. मानव जातीच्या जगण्याचा खरा उद्देश आनंद मिळवणे हाच आहे. म्हणूनच आयुष्याची गती जरा कमी करून थोडे शांत बसा. आपल्याला मनापासून काय आवडते त्याचा शोध घ्या आणि आपल्याला आवडणाऱ्या गोष्टीच करा. काम करताना निसर्गाचा आनंदही मनमुराद लुटांअवती भोवतीच्या मंडळीच्या भाव भावनाही जोपासा. आयुष्य हे क्षणभंगूर आहे. ते छोटे आहे, थोरही आहे. आयुष्य गृहीत धरता येत नाही. आयुष्यातील समतोल साधा आणि उशिर होण्यापूर्वीच आयुष्य पूर्ण अर्थाने जगा !

□□

३

उन्नत जीवनासाठी सकारात्मक व्हा !

जीवन उन्नत करायचे असेल तर आपला दृष्टिकोन, मनोवृत्ती, प्रवृत्ती सकारात्मक हवी. 'दृष्टिकोन' हा अत्यंत महत्त्वपूर्ण शब्द आहे. जीवनाच्या प्रत्येक क्षेत्रात मग तो जीवनाचा वैयक्तिक भाग की व्यावसायिक दृष्टिकोनाचे महत्त्व अनन्यसाधारण आहे.

आपण सर्व प्रथम दृष्टिकोन म्हणजे काय ते समजावून घेऊ. एक फुगेवाला यात्रेत फुगे विकून उदरनिर्वाह करायचा. त्याच्याकडे लाल, निळे, पिवळे आणि हिरवे अशा विविध रंगाचे फुगे विक्रीसाठी असायचे. विक्री कमी होऊ लागली की एखादा फुगा तो हेलियम वायू भरून हवेत सोडायचा. उंच उंच जाणारा फुगा बघून मुले फुगे घेण्यासाठी गर्दी करीत आणि मग त्याचा धंदा परत जोरात सुरू होई. असे तो दिवसभर करीत राही.

असेच एकदा फुगे विकत असताना फुगेवाल्याच्या लक्षात आले की कुणीतरी आपले जाकीट ओढतो आहे. त्याने मागे वळून पाहिले तर तिथे एक लहान मुलगा उभा होता. मुलाने त्याला विचारले, "काका काळ्या रंगाचा फुगा हवेत सोडला तर तो सुद्धा असाच उंच जाईल का? " मुलाच्या जिज्ञासेचं काकांना खूप कौतुक वाटले आणि अतिशय प्रेमाने त्याने त्याला उत्तरही दिले. "अरे बाळ हे फुगे त्यांच्या रंगामुळे उंच जात नाहीत, तर त्यांच्या आत जे काही आहे त्यामुळेच ते उंच जातात."

हीच गोष्ट आपल्या दैनंदिन आयुष्यालाही लागू पडते. आपल्या अंतरंगात जे काही आहे त्यामुळेच आपण उंचीवर जातो आणि आपल्या अंतरंगातील ही गोष्ट म्हणजेच आपला दृष्टिकोन. दृष्टिकोन म्हणजे काय हे समजावून घेतल्यावर आता सकारात्मक दृष्टिकोन म्हणजे काय ते आपण समजावून घेऊ.

तुम्हाला डेव्हिड आणि गोलिआशची कथा माहितीच असेल. एक राक्षस होता. एका खेड्यातील गावकऱ्यांना तो फार सतावीत असे. एक डेव्हिड नावाचा पोरगेलासा मेंढपाळ त्या गावातल्या आपल्या नातेवाईकांना भेटायला आला. त्याने गावकऱ्यांना विचारले, "तुम्ही या राक्षसाशी लढत का नाही?" भयग्रस्त झालेल्या गावकऱ्यांनी उत्तर दिले, "या महाप्रचंड राक्षसाचा वध कसा करणार? तो केवढा बलाढ्य आहे, दिसत नाही का तुला ?" तेव्हा डेव्हिड उत्तरला, "या राक्षसाच्या प्रचंड आकारामुळे त्याचा वध करता येणार नाही, असे मानणे बरोबर होणार नाही. खरतर त्याच्या प्रचंड आकारामुळे तुमचा नेम चुकण्याची अजिबात शक्यता नाही." पुढे काय घडले हे सर्वांनाच माहिती

आहे. डेव्हिडने केवळ गोफणीच्या साहाय्यानेच राक्षसाला मारून टाकले. राक्षसरूपी संकट तेच पण त्याच्याकडे पहाण्याचा डेव्हिडचा दृष्टिकोनच वेगळा होता. याचेच नाव सकारात्मक दृष्टिकोन.

सकारात्मक दृष्टिकोन असणारा माणूस बंद घड्याळाकडेही दिवसातून दोन वेळा ते अचूक वेळ दाखविते या दृष्टीने बघतो.

आपल्यापुढे असणाऱ्या अडथळ्यांना आपण कसे सामोरे जातो हे आपल्या दृष्टिकोनावर अवलंबून असते. सकारात्मक विचार करणाऱ्याला अपयश म्हणजे यशाकडे नेणारी पायरी आहे असे वाटते तर नकारात्मक विचार करणाऱ्याला हेच अपयश मार्गातील अडथळा वाटते.

सकारात्मक व्यक्तिमत्त्वे काही ठळक गुणांमुळे उठून दिसतात. त्यांच्यात आस्था, आत्मविश्वास, चिकाटी, नम्रता यासारखे गुण असतात. या माणसांकडे जबरदस्त आशावाद असतो. निरंतर उत्साह ओसंडून वहात असतो. आपल्या अवती-भोवतीच्या माणसांकडेही ते मोठ्या आशावादी दृष्टिकोनातून पाहात असतात. पूर्वी सर्व कधीही नव्हती एवढी प्रचंड गरज आजच्या वातावरणात, परिस्थितीत सकारात्मक दृष्टिकोनाची आहे. आजूबाजूच्या वातावरणाचा परिणाम माणसाच्या वैयक्तिक दृष्टिकोनावर, मनोवृत्तीवर, विचारसरणीवर होत असतो हे जरी खरे असले तरी वैयक्तिक दृष्टिकोनांचा प्रभाव जागतिक मनोवृत्तींवरही होत असतो, होऊ शकतो हेही तितकेच सत्य आहे. अमेरिकेतील ११ सप्टेंबरचीच घटना बघा. तोपर्यंत अमेरिकेत जाणारा प्रत्येक प्रवासी हा एक तर व्यवसायिक तरी असायचा किंवा हौशी प्रवासी तरी असायचा. पण एखादा माणूस आपल्या बुटातून काहीतरी स्फोटक घेऊन जातो आणि पुढे प्रत्येक प्रवाशांच्या बुटांची कसून तपासणी केली जाते. प्रचंड वेगाने बदलणाऱ्या सामाजिक घटनांचे परिणाम वैयक्तिक मनोवृत्ती घडवण्यावर होतोच. महात्मा गांधींनी स्वातंत्र्याच्या आपल्या दृष्टिकोनाने ब्रिटिश सत्तेचा दृष्टिकोन बदलला. दक्षिण ऑफ्रिकेचे पंतप्रधान यंग्स् मठ हे एकदा ब्रिटिश सत्ताधीश, चर्चील यांच्याबरोबर स्टॅलीनला भेटायला जात होते. गप्पाच्या ओघात मठ यांनी चर्चीलना विचारले, "आपण महात्मा गांधीना भेटला आहात का?" त्यावर चर्चील म्हणाले होते, "नाही, कारण मला अशी भीती वाटते की त्यांच्या उपस्थितीत ते माझे विचार बदलतील," केवढी ही ताकद वैयक्तिक सकारात्मक विचारांची ! एका महान सत्तेलाही प्रचंड हादरा देणारी.

हा मुद्दा स्पष्ट करण्यासाठी अजून दोन व्यक्तींचा विचार करू. अब्राहम लिंकन यांचा एकट्याच्या दृष्टिकोन निग्रोंबद्दल, गुलामगिरीबद्दल करुणेचा होता. त्यांनी संपूर्ण अमेरिकेचा याबाबतचा दृष्टिकोन बदलला. सीतेचे पातिव्रत्य आणि पती-भक्ती, तिच्या पुरतीच मर्यादित राहिली नाही तर त्यामुळे संपूर्ण भारतवर्षातील स्त्रियांची मानसिकताच बदलली.

सकारात्मक दृष्टीकोनामुळे किती फरक पडू शकतो याचे उदाहरण म्हणजे थोर शास्त्रज्ञ थॉमस अल्वा एडिसन. त्यांना वयाच्या अगदी लहान वयात मतिमंद ठरवून शाळेतून काढून टाकले. वयाच्या दहाव्या वर्षी मित्रांनी कानावर मारल्यामुळे त्यांचे कान निकामी झाले. वयाच्या १४ व्या वर्षीच त्यांची रेल्वे प्लॅटफॉर्मवरची नोकरी गेली. अशा सर्व बाजूंनी नकारघंटा वाजत असताना न डगमगता आपल्या घराच्या तळघरात त्यांनी एक प्रयोगशाळा सुरू केली आणि या प्रयोगशाळेने सर्व जगाचेच लक्ष वेधून घेतले. त्यांच्या नावावर १०९३ पेटंट आहेत आणि हा जागतिक विक्रम अजून कोणी मोडू शकलेले नाही. वयाच्या अगदी उतारवयात अचानक त्यांच्या कारखान्याला आग लागली आणि सर्व मालमत्ता जळून खाक झाली. त्यावर प्रतिक्रिया व्यक्त करताना ते म्हणाले, ''चला आयुष्यातील सर्व चुका आपण जाळून टाकल्या आहेत. आता नव्याने सुरुवात करू या.'' या घटनेनंतर तीन आठवड्यात त्यांनी 'ग्रामोफोन'चा शोध लावला आणि त्याच्या उत्पादनास सुरुवातही केली. विजेच्या दिव्याचा शोध लावत असताना त्यांना कैक हजार वेळा अपयश आले पण हे अपयश आहे असे ते कधी मानतच नव्हते तर यावर ते म्हणत, ''इतक्या मार्गांनी विजेचा दिवा तयार करता येत नाही हाच शोध मला लागला आहे.'' यशासाठी असा प्रखर सकारात्मक दृष्टिकोन असायला लागतो.

सर्वसाधारण माणसांची यावर अशी मते असतात की त्यांचे हे बरोबर आहे पण मी काही महात्मा गांधी, अब्राहम लिंकन, सीता किंवा एडिसन नाही. मी तर एक साधा माणूस आहे. परंतु इथे लक्षात घेण्यासारखी महत्त्वाची गोष्ट अशी आहे की ही मंडळी काही जन्मत:च मोठी नव्हती तर त्यांच्या ठिकाणी असणारा सकारात्मक दृष्टिकोन तुम्हाला मोठा करणार आहे, महत्त्व मिळवून देणार आहे. मग सुरुवात करा स्वत:पासून, आपले कुटुंब आपली मित्रमंडळी, आपला अवती भोवतीचा समाज जास्त उत्पादक, जास्त सुसंवादी आणि समाधानी करण्याचा प्रयत्न आपल्या सकारात्मक दृष्टिकोनाने करायला. जर आपण सकारात्मक होऊन आपले जग बदलायला सुरुवात केली तर आपण जगही बदलू शकू. आपण एखाद्याचे जरी जग बदलू शकलो तरी संपूर्ण जग बदलायला वेळ लागणार नाही. ही एक उद्बोधक गोष्ट पहा.

एक दिवस सकाळी सूर्य उगवायच्या बेतात होता. या सकाळच्या वेळी लाटा समुद्रकिनारा धुऊन काढीत होत्या. त्याचबरोबर लाखो समुद्रमासेही पाण्याबाहेर पडून, पाण्याअभावी तडफडत होते. एक वृद्ध गृहस्थ समुद्रावर फिरायला आलेले होते. वृद्धाने बघितले की थोड्याच अंतरावर एक शाळकरी मुलगा मोठ्या उत्साहाने आणि लगबगीने समुद्रमासे गोळा करीत होता आणि परत समुद्रात फेकत होता. आजोबा मुलाजवळ जात म्हणाले, ''बाळ, उगाचच या व्यर्थ कामात तुझी मेहनत का वाया घालवीत आहेस?''

त्यावर मुलगा म्हणाला, ''आजोबा, थोड्याच वेळात सूर्य खूप तापू लागेल आणि बिचारे हे मासे त्या दाहाने मृत्यूमुखी पडतील.'' आजोबा दूरवर नजर टाकीत म्हणाले, ''खरे आहे. पण बाळा मैलोन मैल पसरलेला हा समुद्र आणि तडफडणारे हे लाखो मासे, तुझ्या प्रयत्नाने कितीसा फरक पडणार आहे ?'' तू नक्कीच या सर्वांना जीवदान देऊ शकणार नाहीस. मग यातील थोडे समुद्रात फेकून तू फारसे काय साध्य करू शकणार आहेस, काय मोठासा फरक पडणार आहे त्यामुळे ?''

त्यानंतर एक मासा उचलून हातात घेत तो मासा समुद्रात फेकीत मुलगा म्हणाला, ''या माशाला तर नक्कीच खूप मोठा फरक पडणार आहे. याचे तर जग बदलणार आहे. मला शक्य आहे तेवढे मासे मी वाचवणार आहे.''

सकारात्मक अपेक्षा ठेवल्या तरच सकारात्मक परिणाम मिळतात. आपले माजी राष्ट्रपती अब्दुल कलाम म्हणतात, ''माझ्या शिक्षकांनी, प्राध्यापकांनी आणि सहकाऱ्यांनी माझ्याकडून सतत सकारात्मक अपेक्षा केल्या म्हणूनच मी राष्ट्रपती पदापर्यंत पोहचू शकलो अन्यथा मी कुणीच नाही. मी फक्त एका कोळ्याचा मुलगा होतो. आपण इतरांकडून सकारात्मकतेची अपेक्षा करतो पण याची सुरुवात स्वत:पासूनच व्हायला हवी.''

आफ्रिकेत राहणाऱ्या एका मुलाची गोष्ट आहे. वाळवंटात एकदा त्याला एक कागद सापडला त्यावर दोन शब्द लिहिलेले होते, 'अब्राहम लिंकन आणि अमेरिका.' तो कागद घेऊन तो मुलगा घरी आला आणि आपल्या आईला म्हणाला, ''आई मला डबा करून दे मी अमेरिकेला निघालो आहे.'' मुलाने अमेरिकेच्या दिशेने चालायला सुरुवात केली. युगोस्लाव्हिया, बग्लेरिया आणि रशियात ही बातमी पोहचली. मुलाचे धैर्य बघून त्यांना खूपच कौतुक वाटले. त्यांनी त्याला आपल्या देशात शिक्षणासाठी येण्याचे निमंत्रण दिले. पण मुलाने ते नाकारले. कारण त्याला तर अमेरिकेत जायचे होते. रस्त्यात त्याला अनेक लोकांची मदत होत होती. शेवटी तो कायरोला पोहचला आणि ही बातमी अमेरिकेत येऊन थडकली. अमेरिकेतील मुलांनी या काळ्या आफ्रिकन मुलासाठी पैसे गोळा केले आणि त्याला विमानाने अमेरिकेत नेले. पुढे तो शिकला पीएच. डी. झाला आणि 'ल्युमिंग स्याडो' हे जगप्रसिद्ध पुस्तक लिहिले. स्पष्ट करायचा मुद्दा असा की प्रथम त्याने लोकांना मदत मागितली नाही तर स्वत:च सकारात्मक पावले टाकायला सुरुवात केली. नंतर त्याला जगाने मदत केली आणि त्याच्याकडून जगप्रसिद्ध कामगिरी झाली. लेक्सन गायरा हे या मुलाचे नाव आणि आफ्रिकेतील न्यासालँडमधून त्याने अमेरिकेकडे प्रस्थान केले होते.

एका मुलाने आत्महत्या करायचे ठरवले. आपल्या इंग्रजी शिकवणाऱ्या शिक्षकावर त्याचे प्रेम होते. तो त्यांना भेटला व आपण आता या जगाचा निरोप घेणार आहोत ही

बातमी त्याने त्यांना सांगितली. ते म्हणाले, ''मी तुला तुझ्या आत्महत्येच्या विचारापासून रोखणार नाही. पण मला आठवते तुझे इंग्रजी छान आहे आणि तू निबंधही छान लिहीत होतास. तेव्हा आत्महत्या करण्यापूर्वी तू आत्महत्या का करणार आहेस यावर एक निबंध लिहून मला दे.'' झाले, मुलाची लेखनाला सुरुवात झाली. पुढे हाच मुलगा एक जगप्रसिद्ध लेखक झाला. त्याने एकाहून एक अशा ८४ सरस ग्रंथाची निर्मिती केली. एस्.जी. वेल्स हे या लेखकाचे नाव आहे. इथे एक अपरिचित शिक्षक आपल्या विद्यार्थ्याकडून सकारात्मक अपेक्षा करून त्याचे आयुष्य बदलू शकतो तर एखादा पिता, माता जिवापाड प्रेम करणाऱ्या आपल्या मुलाचे, भावाचे किंवा शेजाऱ्या-पाजाऱ्याचे भवितव्य सकारात्मक अपेक्षा करून नक्कीच बदलू शकतील आपण फक्त इतरांना तशी संधी उपलब्ध करून देण्याची गरज आहे. देणार ना आपण त्यांना तशी संधी ?

एक मुलगा लहानपणी खूपच व्रात्य होता. अभ्यासाचे नावही घेत नव्हता. टवाळ्या आणि गुंडगिरीतच त्याचा सगळा वेळ जात असे. त्याची मजल इतरांच्या घराच्या काचा फोडण्यापासून तर मित्राचा खून करण्यापर्यंत गेली होती. त्याची आईही या गोष्टीमुळे खूपच निराश झाली होती कारण मुलाची १५ वर्षे यात वाया गेली होती. एक दिवशी तिने मनाचा निर्धार करून आपल्या मुलाचा हात धरला आणि ती त्याला वाचनालयात घेऊन गेली. यावर मुलगा म्हणाला, ''नाही आई मी शाळेत अजिबात जाणार नाही.'' त्यावर ती म्हणाली, ''मी कुठे तुला शाळेत जा म्हणून सांगते आहे. येथे वाचत बैस आणि आठवड्यातून एकदा मला तू वाचलेली गोष्ट मात्र न चुकता सांगत जा.'' झाले, मुलाने वाचनालयात बसायला सुरुवात केली. हळूहळू त्याला वाचनाची गोडी लागली ती इतकी की शाळेत दाखल होऊन डॉक्टर कधी झाला हे कळलेच नाही. हाच मुलगा म्हणजे जग प्रसिद्ध सर्जन 'बेन कार्लसन' ज्याने एकच मेंदू असलेल्या जुळ्या मुलांवर तेवीस तासांची यशस्वी शस्त्रक्रिया करून जागतिक कीर्ती मिळवली. आपल्या सत्काराच्या वेळी त्यांनी ही कबुली दिली आणि हे पण सांगितले की, ''मी डॉक्टर होईपर्यंत माझी आई निरक्षर आहे हे त्यांना माहीत नव्हते.'' या मुलाला हे मोठे स्थित्यंतर त्यांच्या आईने त्याच्याकडून केलेल्या सकारात्मक अपेक्षेमुळेच झाले हे वेगळे सांगायला नकोच.

यावरून एक गोष्ट स्पष्ट होते ती म्हणजे, सकारात्मक अपेक्षा करण्यासाठी आपण खूप सुशिक्षित असण्याची गरज नाही. मुलाला डॉक्टर करण्यासाठी स्वत: डॉक्टर असण्याची गरज नाही. आजूबाजूच्या लोकांना यशस्वी होण्यास प्रवृत्त करण्यासाठी, आपण स्वत: खूप यशस्वीही असण्याची आवश्यकता नाही. तर आपल्या सकारात्मक अपेक्षा त्यांना कार्यप्रवण करतात आणि त्यामुळे परिस्थितीत बदल घडून येतात. परिस्थिती कितीही बिकट असो कठीण असो मग सकारात्मक दृष्टिकोनामुळे आपण त्यातून बाहेर

पडतो आणि एक उत्तम अनुभवही आपल्या पदरी जमा होतो.

या शतकातील सर्वांत महत्त्वाचा शोध कोणता ? या प्रश्नाला सर्वसाधारण उत्तरे संगणक, वाफेचे इंजीन, टेलीफोन, विद्युत दिवा, सिलिकॉन चीप अशी स्वाभाविक आणि अनेक उत्तरे मिळतील पण विल्यम जेम्स् यांनी म्हटल्याप्रमाणे 'आपल्या मनाचा दृष्टिकोन बदलून माणूस आपले आयुष्य बदलू शकतो.' हाच या शतकातील महत्त्वाचा शोध आहे. सगळे जग जरी आपल्या विरुद्ध गेले आणि आपला दृष्टिकोन सकारात्मक असला तर यश निश्चित आपल्या बरोबरच येईल.

भारताच्या ऋषी प्रणालीचे थोडे अवलोकन केले तर आपल्या लक्षात येईल की भारताने जगाला एका वेगळ्या दृष्टिकोनाची अद्वितीय देणगी दिली आहे. ही म्हणजे आध्यात्मिक दृष्टिकोन. या दृष्टिकोनामुळे तर त्यांनी विचारांचे एक वेगळेच शिखर गाठले आहे. जगातील विचारांची एक अती उच्च पातळी गाठली आहे. येथील नियम सर्वसामान्य नियमांपेक्षा वेगळेच आहेत. काही प्रसंगांच्या माध्यमातून हा विचार, हे तत्त्व समजावून घेऊ. येथे लोभाची जागा त्यागाने घेतली जाते, गोष्टी मिळवण्यात नाही तर दुसऱ्याला देण्यात आनंद वाटतो. दुसऱ्याच्या यशासाठी स्वत:चे अपयशही समाधान देणारे ठरते. असे अपयशही हसत हसत स्वीकारण्याची ताकद येते. या गुणांची मक्तेदारी मात्र जगात फक्त भारताची आहे. हे रहस्य फक्त भारतीयांनाच गवसले आहे.

रामानुजांना एकदा त्यांच्या गुरूने एक मंत्र दिला. त्याबद्दल गुप्तताही पाळायला सांगितली. हा मंत्र म्हणणारा माणूस स्वर्गात जाईल हेही सांगितले. दुसऱ्या दिवशी सकाळी गुरुजी उठून बघतात तर काय रामानुजन मंदिरात उंच जागेवर बसून हजारो लोकांकडून या मंत्राचा पाठ करून घेत होते. गुरुजींचा संताप अनावर झाला. ते रामानुजांना म्हणाले, "अरे मूर्खा, तू हे काय करतो आहेस ?" त्यावर उत्तर मिळाले, "आपणच म्हणाला होतात ना की या मंत्राचा जप करणाऱ्यांना स्वर्गप्राप्ती होईल म्हणून ?" गुरुजी "अरे होय पण तू माझी अट मोडलीस म्हणून तू मात्र नरकात जाशील." त्यावर रामानुजन म्हणाला, "गुरुजी हजारो माणसांना जर स्वर्ग प्राप्ती होणार असेल तर मी नरकवास आनंदाने स्वीकारेन." हाच तो आध्यात्मिक दृष्टिकोन.

चैतन्य महाप्रभूंची गोष्टही अशीच उद्‌बोधक आहे. ते एकदा आपल्या मित्राबरोबर नावेने प्रवास करीत होते. 'न्याय' या विषयावर एका टीकात्मक ग्रंथाचे लिखाण त्यांनी केले होते. तो ग्रंथ त्यांनी मित्राला दाखवला आणि त्याबद्दल ते बोलत होते. मात्र त्याचवेळी त्यांच्या मित्राच्या डोळ्यांतून घळाघळा अश्रू टिपकत होते. आश्चर्याने त्यांनी विचारले, "अरे मित्रा ! तुझ्या डोळ्यात अश्रू का ?" मित्र म्हणाला, "अरे मी पण याच विषयावर इतक्यातच एक ग्रंथ लिहिला आहे पण तुझा हा अप्रतिम ग्रंथ बघितल्यावर माझा ग्रंथ

कोण वाचणार ?'' हे ऐकल्यावर क्षणाचाही विचार न करता चैतन्यप्रभूंनी आपला ग्रंथ गंगेला अर्पण केला आणि मोठ्या प्रेमाने आपल्या मित्राकडे बघितले. 'न्याय' या विषयावरील एका उत्कृष्ट ग्रंथाला जग मुकले पण खऱ्या मैत्रीचे एक चिरंतन तत्त्वज्ञान, अनोखे उदाहरण मात्र चैतन्यमहाप्रभूंनी जगाला दाखवून दिले. दुसऱ्यांच्या यशासाठी अपयशही स्वीकारण्याची प्रचंड ताकद हा दृष्टिकोन आपल्याला सहजच मिळवून देतो.

साहजिकच हा दृष्टिकोन कसा असावा हा प्रश्न आपल्यापुढे उभा राहतो, त्याला उत्तर स्वामी नारायण परंपरेतील स्वामी ब्रह्म बिहारीदास यांनी असे दिले आहे की, आपल्या स्वत:बद्दल हा दृष्टिकोन आत्मपरिक्षणाचा, मित्राबद्दल सहभागाचा, इतरांबद्दल प्रेमाचा, भूतकाळाबद्दल क्षमेचा, वर्तमानाबद्दल जगण्याचा आणि भविष्याबद्दल आशेचा असायला हवा. सकारात्मक आणि आशेचा दृष्टिकोन सगळे जग जरी आपल्याविरुद्ध गेले तरी आपल्याला जगण्याची प्रेरणा आणि ताकद बहाल करतो. त्याच्या जोरावर आपण स्वत:ला, आपल्या कुटुंबाला, व्यवसायाला आणि जगालाही बदलून यशस्वी होऊ शकतो.

आता पुढचा प्रश्न आहे की, हा दृष्टिकोन बदलायचा कसा ? दृष्टिकोन बदलाचे तीन मार्ग उपलब्ध आहेत. पहिला मार्ग आहे आत्मनिरीक्षणाचा, आत्मपरिक्षणाचा. दुसरा आहे इतरांना समजावून घेण्याचा आणि तिसरा मार्ग आहे प्रार्थनेचा. महात्मा गांधीनी प्रार्थनेचा मार्ग निवडला होता आणि त्याचा पुरस्कारही केला होता.

सर्वसाधारण विचार करताना माणूस असा विचार करतो की हे सर्व जगच वाकडे आहे, भ्रष्टाचारी आहे, स्वार्थी आहे. मग अशा जगात वावरताना मला तसे व्हावेच लागते. या सर्वांना स्वामी ब्रह्मांचा सल्ला आहे, समजा सगळे जग आंधळे आहे. सगळे जगच पांगळे आहे आणि फक्त तुम्हीच डोळस आणि धडधाकट पायाचे आहात तर मग जगाकडे बघून तुम्ही स्वत:चे डोळे फोडून घेणार का ? तुमचेही पाय छाटून टाकणार का? नाही ना ? मग तुम्हीतर तुमच्या शक्तीनिशी या लोकांना मदत, मार्गदर्शन करायला हवे ना ? सर्व जग नकारात्मक असेल आणि त्यात एकच माणूस सकारात्मक असेल तरी हे जग बदलण्याची ताकद त्यात असते, येते. अशी कितीतरी उदाहरणे या जगात पाहायला मिळतात तेव्हा सकारात्मक होणे फक्त आपल्या आणि आपल्याच हातात आहे. आपल्यात एखादा जरी सकारात्मक माणूस असला तरी ही खूप, खूप मोठी बाब आहे.

शेवटी दक्षिण भारतात प्रचलीत असणारी एक गोष्ट पाहू. दहा मित्र होते. खूप उत्तम मैत्री भावना त्यांच्या मनात होती आणि ते एकदा काही कामासाठी गावाच्या बाहेर पडले होते. हे काम करीत असताना अचानक हवामान बदलले आणि पावसाबरोबर विजांचा कडकडाटही होऊ लागला. ही सर्व मंडळी अतिशय भक्तीपरायण आणि धर्मभोळी होती.

त्यांना वाटले आपल्या पैकी एखाद्याच्या प्रारब्धात मरण असणार आणि त्यामुळेच विजा आपला पाठलाग करीत आहेत. ते एकत्र आले आणि पटांगणातील एका छोट्या खोलीत गोळा झाले. तेथे जमल्यावर त्यांचा लक्षात आले की विजेचा झोतही त्याच्या खोलीच्या अवतीभोवतीच पिंगा घालतो आहे. तेव्हा एकासाठी बाकी नऊ जणांचेही प्राण वाया घालवण्यापेक्षा तो एक कोण आहे याचा शोध आपण घेऊ या ? म्हणजे बाकी नऊ जणांची मुक्तता आपल्याला करता येईल. समोरच एक झाड दिसत होते तेव्हा असे ठरले की त्या दहा जणातील एक, एक माणसाने त्या झाडापर्यंत जाऊन परत यायचे विजेला ज्याचा बळी घ्यायचा आहे तो घेतला जाईल आणि बाकी नऊ जण सुरक्षितपणे बाहेर पडतील. झाले पहिला माणूस धडधडत्या अंत:करणाने बाहेर पडला. झाडापर्यंत गेला आणि आनंदाने परत आला. त्यानंतर दुसरा, तिसरा असे सात लोकांनी हे दिव्य पार पाडले. उरलेल्या मित्रात आत जास्तच धडधड होत होती. मोठे धाडस करून पुढच्या दोघांनीही आपली फेरी पार पाडली. आता पाळी मात्र दहाव्या मित्राची होती . बाहेर पडायला त्याचे मन तयार होत नव्हते, विजेचा झगमगाटही अधिक वाढला होता. सर्वांनी मिळून या दहाव्या मित्राला जवळ जवळ बाहेर ढकललेच. त्यालाही चांगलाच घाम फुटलेला होता. मनाचा मोठाच हिय्या करून तो समोरच्या झाडापर्यंत पोहचला आणि विजेचा मोठा लोळ खोलीत उरलेल्या नऊ जणांवर कोसळला आणि उरलेल्या नऊ मित्रांबरोबरच ती खोली पूर्णपणे जळाली.

वेळप्रसंगी एखादीच सकारात्मक दृष्टिकोन असणारी व्यक्ती जगाची तारणहार होऊ शकते. मग ती व्यक्ती आपणच व्हायला नको का ?

□□

४

आनंदी राहा

आनंद ही एक अनुभूती आहे, तिला शब्दात पकडणे कठीणच. बघू या जमतंय का? आनंद ही मनाची अशी अवस्था आहे की त्या अवस्थेत आपले विचार सुंदर असतात, भावना खोल असतात आणि आपला वेळ खूप छान जातो आहे असे आपल्याला वाटत असते.

आनंद हा मुळातच मनात अस्तित्व करणारा आहे. जेव्हा आपण सुखात असतो तेव्हा आपण चांगले विचार करतो. आपल्या हातून चांगले काम होत असते. आपले आरोग्य चांगले असते. शारीरिक क्षमता चांगली असते आणि आपल्याला खूप छान वाटत असते.

विज्ञानाच्या मदतीने आयुष्य सुखकर करता येणे शक्य आहे. यशस्वी व अयशस्वी लोकांच्या गुणदोषाबद्दल गेली अनेक वर्षे संशोधक अभ्यास करीत आहेत. बहुधा, यशस्वी माणसे अयशस्वी माणसांपेक्षा आनंदी असू शकतात. हा फरक का पडतो याचा अंदाज घेत असता तो कमी करण्याचा प्रयत्न संशोधक करीत आहेत. तज्ज्ञांच्या मते आनंदावर आपल्या जीन्समुळे ४५% प्रभाव पडतो तर बाकी प्रभाव खालील कारणामुळे पडतो. तो मात्र बऱ्याचअंशी आपल्या नियंत्रणात असतो. योग्य विचार आणि आचार यांच्या मदतीने आपण आपल्या आनंदाची व्याप्ती वाढवू शकतो. यासाठी खालील गोष्टींचा उपयोग होण्यासारखा आहे:

१. उत्पत्ती विज्ञान (जेनेटिक्स)

माणसे जन्मतःच समाधानी वा असमाधानीच असतात का? शास्त्रज्ञांच्या मते, आनंद हा साधारणपणे ४५% आपल्या जीन्सवर अवलंबून असतो; तर ५०% आपल्या आयुष्यात ज्या काही घडामोडी घडतात त्यावर अवलंबून असतो. यात बराच मोठा वाटा आपल्या मातापित्यांनी आपल्याला कसे वाढविले आहे याचा असतो. आपल्याला मिळणारे उत्पन्न, वैवाहिक स्तर, धर्म आणि शैक्षणिक पात्रता यांचा वाटा फक्त पाच टक्के असतो.

आयुष्याची वाटचाल आपण उच्च पातळीवरून करतो की खालच्या पातळीवरून करतो हे मात्र बरेचसे आपल्यावरच अवलंबून असते. बऱ्याच अभ्यासातून असे निष्कर्ष काढले गेले आहेत की बहिर्मुखी माणसांपेक्षा अंतर्मुखी माणसांचा आनंदी असण्याकडे कल असतो. चांगल्या मनःस्थितीतील माणसे जास्त समाजाभिमुख असतात. असाही

एक निष्कर्ष आहे की एखादा आनंदी सिनेमा बघून आलेले लोक दुःखी सिनेमा बघून आलेल्या लोकांपेक्षा जास्त मनमोकळेपणाने बोलताना आढळतात.

२. सौंदर्य

सुरेख दिसणारी माणसे आणि आनंदी माणसे यात काही नाते आहे का? एका शास्त्रज्ञाने हे शोधण्याचा प्रयत्न केला होता. त्याच्या मते, या शोधात एक सकारात्मक संबंध आहे. कदाचित, निसर्ग सौंदर्यवान लोकांवर विशेष मेहेरबान आहे असे वाटते. सुंदर लोकांना नेहमीच आपण सुस्थितीत आहोत असे वाटते. सौंदर्यवान व्यक्ती बांधेसूद असतात आणि म्हणूनच आकर्षक असतात. हीच आकर्षकता त्यांना आनंद देऊन जाते. आकर्षकता आणि आरोग्य ही उत्तम आनुवंशिकता वाहकाचा (Gene) परिणाम असतात. आकर्षकता, चांगले आरोग्य आणि रोगप्रतिकारक शक्ती ही उत्तम आनुवंशिकता वाहकांमुळे प्राप्त होतात. सुंदर माणसे त्यामुळेच आनंदी असतात.

हेलन केलर यांनी म्हटले आहे की, जगातील सर्वोत्तम आणि सर्वांत सुंदर गोष्टी दिसतही नाहीत किंवा त्यांना स्पर्शही करता येत नाही, त्या हृदयातूनच जाणता येतात, अशाच सुंदर गोष्टी तर माणसाला चिरंतन अनुभव देऊन जात नाहीत ना?

३. हुशारी

चुणचुणीत लोक सुखी असतात का? याचा अंदाज खूप कमी पाहण्यांमधून (surveys) घेतला गेला आहे; परंतु अशा पाहण्यांमधून हुशारी आणि सुख यांचा फारसा संबंध नाही, हाच निष्कर्ष काढला गेला आहे. या निष्कर्षाचे थोडे आश्चर्य वाटते, कारण चुणचुणीत माणसे चांगले अर्थाजन करतात व त्यावर सुखसोईची उत्तम साधने घेऊ शकतात आणि त्यामुळे आनंदी वाटतात. काही संशोधकांच्या मते, हुशार माणसांच्या अपेक्षाही खूप असतात. उत्कृष्ट पातळीपेक्षा खालील पातळीवर ते समाधानी होत नाहीत, त्यामुळेच आनंदी होत नाहीत. यात अजूनही महत्त्वाची गोष्ट म्हणजे बुद्ध्यंक जास्त असणारा माणूस व्यवहारात यशस्वी होईलच असे सांगता येत नाही. कारण या माणसांमध्ये इतरांबरोबर काम करण्याचे उत्तम कौशल्य असेलच असे नाही. अनेक संशोधकांना वाटते 'सामाजिक हुशारी' असणारी माणसेच जास्त आनंदी होतात. जीवनाला सुरुवात आपण परावलंबनाने करतो. नंतर स्वावलंबी होतो पण आयुष्यातील खरा आनंद परस्परावलंबनाने मिळतो. त्यासाठी मात्र बरीच हुशारी लागते!

४. मैत्री

एकमेकांबद्दल वाटणाऱ्या आपुलकीतूनच मैत्रीची भावना निर्माण होते. मैत्री ही भावना मोठा आनंद देणारी आहे. काही संशोधकांनी या भावनेचाही शोध घेतला आहे. कलकत्त्यातील झोपडपट्टीत राहणारी, वेश्या व्यवसाय करणारी आणि पदपथावर राहणारी माणसे यांच्यापेक्षा कठीण आयुष्य जगणाऱ्या माणसांची कल्पना करणे अवघड आहे.

या माणसांमध्ये केलेल्या अभ्यास-पाहणीत असे आढळून आले आहे की, प्रचंड दारिद्र्य आणि घाणीत राहूनही या माणसांना वाटणारे सुख सर्वसामान्य माणसांच्या सुखाच्या मोजमापाच्या जवळचेच आहे. आश्चर्य वाटले ना? या माणसांची आपसातली मैत्रीची भावनाही उत्कट असते. अर्थात आपल्या नजरेत अपवाद जास्त तीव्रतेने भरतात. एकत्र कुटुंबातील आणि भावनांनी बांधलेल्या समाजातील सुख हे त्यांच्यातील मैत्रीच्या भावनेवरच आधारित असते ना ?

५. लग्न

विवाहित माणसे ही अविवाहित माणसांपेक्षा जास्त आनंदी असतात असा निष्कर्ष अमेरिकेतील संशोधकांनी बेचाळीस देशातील लोकांच्या अभ्यास चाचणीतून काढला आहे. विश्वास बसतोय ना यावर? परिणाम कदाचित छोटा असेल; पण तो प्रश्न निर्माण करतो. लग्नाने माणूस सुखी होतो का? की सर्वसाधारण सुखी माणसेच लग्न करण्याची शक्यता जास्त असते? सुमारे पंधरा वर्षे ३०,००० लोकांच्या निरीक्षणावरून असा निष्कर्ष काढला गेला होता की बहुधा सुखी माणसेच लग्न करतात व पुढेही या बंधनात राहतात. चांगल्या लग्न बंधनांचा सकारात्मक परिणाम कायमचा राहू शकतो. कमी आनंदी लोकांनाही लग्न बंधनामुळे सुखी होण्यास प्रोत्साहन मिळते. लग्नात पडणाऱ्या अक्षता किंवा नोंदणी विवाहाची करारपत्रे भारलेली असतात. त्यात काही खास जादू तर नसते ना? किती कायापालट करतात ती वधूच्या वर्तनात आणि जीवनात! संशोधकांनी हे दाखवून दिले आहे की, हा परिणाम नुसत्या एकत्र राहण्याने साधता येत नाही तर लग्नातील विधींमुळे साधला जातो.

अक्षता, सप्तपदी, सोन्याची अंगठी किंवा विवाहनोंदणी समारंभ असे छोटे-छोटे विधी केवढी मोठी स्थित्यंतरे घडवून आणतात.

६. श्रद्धा

श्रद्धा म्हणजे अज्ञातावर विश्वास ठेवणे नाही, तर परिणामांची पर्वा न करता योग्य काम करण्याचे धैर्य दाखवणे होय. ज्याची धर्मावर, आयुष्यातील चांगल्या मार्गदर्शक तत्त्वांवर श्रद्धा असते अशी माणसे आयुष्यात आनंदी असण्याचे प्रमाण मोठे असते. आनंद आणि श्रद्धा यात एक सकारात्मक नाते आहे. असा निष्कर्ष बऱ्याच पाहण्यांमधून काढला गेला आहे.

पुढील जन्मावर ज्यांची श्रद्धा आहे, त्यांच्या आयुष्याला एक अर्थ आणि उद्देश प्राप्त होतो. उतारवयातील एकटेपणाची भावना कमी होते. धार्मिक श्रद्धा ही आयुष्यातील विपत्तीचा धैर्याने सामना करण्यास फारच उपयोगी ठरते. धर्मावरील श्रद्धेमुळे सामाजिक देवाण-घेवाण होते आणि मदत मिळते. कृती विरहित श्रद्धा चमत्काराची वाट पाहात नाही, तर चमत्कार निर्माण करते. आपण हे करू शकू किंवा आपण हे करू शकणार

नाही, अशी श्रद्धा असेल तसेच घडते.

७. संपत्ती

जगात पैशाचे महत्त्व कोण नाकारील ? पण पैशाने मर्यादित सुखच मिळू शकते. अन्न, वस्त्र आणि निवारा या गरजा भागविण्यासाठी पैसा हा हवाच. आयुष्यातील खऱ्या मौल्यवान गोष्टी पैशाने खरेदी करता येत नाहीत. बऱ्याच वेळेला वाटते की, पैसा कमी असला तर नक्कीच समस्या निर्माण करतो; पण गरजेपेक्षा जास्त मिळणारा पैसा आपल्याला त्या पटीत समाधान देईल का ? चारित्र्य, सचोटी आणि सम्यक जीवनमूल्ये बाजारात विकत मिळतील का ? पैशाने काय विकत घेता येते ?

पैशाने मनोरंजन विकत घेता येते, पण आनंद नाही.

पैशाने पलंग घेता येतो, पण झोप नाही.

पैशाने अन्न घेता येते, पण चव नाही.

पैशाने इमारत घेता येते, पण घर नाही.

पैशाने संपत्ती निर्माण करता येते, पण चारित्र्य नाही.

संशोधकांचे असे मत आहे, की सर्वसाधारणपणे संपत्ती असणारी माणसे सुखी असतात. परंतु संपत्ती आणि सुख यांच्यातील नाते तसे गुंतागुंतीचे आहे. औद्योगिक प्रगतीमुळे मागील ३०-४० वर्षांत सर्वसामान्य माणसांचे उत्पन्न आकाशाला भिडले आहे, हे उद्योग-नगरांतील चित्र आहे. एकदा मूलभूत गरजा भागल्या की तुम्हाला मिळणारा पैसा जर तुमचे मित्र, शेजारी, सहकारी आणि नातेवाईक यांच्यापेक्षा जास्त असेल तरच तुम्हांला आनंद देतो. म्हणजे हा आनंद तुलनात्मक असतो. पैशामुळे समाजात दर्जा मिळतो आणि हा दर्जा माणसाला आनंदी करतो, हवासा वाटतो. म्हणूनच शास्त्रज्ञांसारखी माणसे, ज्यांना आपल्या कामातच खूप समाधान मिळते, ती कमी पगारातील दर्जेदार नोकरी स्वीकारतात.

८. दानधर्म (Charity)

आनंदी माणसे आपल्या अवतीभोवतीच्या परिस्थितीबद्दलही जागृत असतात. इतरांच्या भावभावनांची कदर त्यांना असते. इतरांच्या समस्या आणि गरजांबद्दल त्यांना जाणीव असते. त्यांना ते आदराने वागवतात. आपण जगात एकटेच नाही तर आपल्याबरोबर अनेक माणसे जीवन जगत असतात. सगळ्यांच्याच गरजा व क्षमता सारख्या नसतात. अशा माणसांना त्यांच्या गरजा भागविण्यासाठी, त्यांच्या क्षमता वाढविण्यासाठी आपण काही मदत करू शकतो का ? आपल्या अवतीभोवती जर दुःखी माणसे असतील तर आपण आनंदी कसे राहू शकणार ? दुसऱ्याला आनंद देण्याने, मदत करण्याने आपलाही आनंद द्विगुणित होतो, या विचारातून 'दानधर्म' या संकल्पनेचा जन्म आणि विकास झाला असावा.

९. वय

वयोमानाप्रमाणे येणारे आजार वगळता वृद्धांना समाधानी कसे ठेवता येईल? हा प्रश्न एका मानसशास्त्राच्या प्रथितयश प्राध्यापकाला विचारला होता. तेव्हा त्यांनी स्पष्ट केले की वृद्ध माणसे तरुणांइतकीच सकारात्मक असतात; किंबहुना ती कमी नकारात्मक असतात, असा त्यांनी केलेल्या पाहणीचा निष्कर्ष आहे. या प्राध्यापकांचे असे मत आहे की, काळाच्या प्रवाहात वृद्ध माणसे आपल्याला ज्या गोष्टी आनंद देतात, त्यावर आपले लक्ष केंद्रित करायला शिकतात. ज्या गोष्टी आपल्याला आनंद देत नाहीत, त्यांच्याकडे ते दुर्लक्ष करतात. आपले आयुष्य आणि आपण उभा केलेला संसार हा क्षणभंगुर आहे, शाश्वत नाही, याची त्यांना जाणीव झालेली असते. वृद्धपणातील नाती आणि भावना अवखळ न राहता जास्त वस्तुनिष्ठ होतात. आलेल्या परिस्थितीशी आनंदाने आणि योग्य सामना करण्याचे ते शिकलेले असतात.

☐☐

५

आत्मप्रतिमा - यशाची गुरुकिल्ली

आपण या जगात जन्माला येताच आपला इतर व्यक्तींशी संबंध येतो. प्रथम बालकाचा संबंध येतो तो आईशी. पुढे मूल मोठे झाले की ते सभोवतालची माणसे ओळखू लागते. जसे, हे माझे वडील, हा भाऊ, ही बहीण. पुढे आणखी मोठे झाले की, त्याचा शाळेतील इतर मुलांशी संबंध येतो व माणसामाणसांतील हा संबंध मनुष्याच्या मृत्युपर्यंत सतत चालू राहातो. काही व्यक्तींशी आपली मैत्री होते. काहींवर आपण जीवापाड प्रेम करतो, काहींचा आपण उगीचच द्वेष करतो.

असे संबंध जोडत असतानाच आपण माणसांचे निरीक्षण करायला शिकतो. हा यशस्वी माणूस, हा मोठा माणूस, हा अयशस्वी माणूस, हा दुर्दैवी माणूस, काही हसतमुख माणसे, काही दुर्मुखलेली माणसे, काही धाडसी, काही भ्याड, काही परोपकारी, काही स्वार्थी. माणसामाणसांतील हे भेद आपण त्यांच्या चेहऱ्यांवरून, इतरांनी त्यांच्याबद्दल बनवलेली मते मान्य करून, त्यांनी मिळविलेल्या ऐहिक यशावरून, संपत्तीवरून ठरवीत असतो. अर्थात आपणही ही मते सखोल विचार करून ठरवितो असेही नाही.

मनात अनेकदा प्रश्न येतात. एखादा माणूस यशस्वी का होतो? एखादा माणूस यशस्वी का होऊ शकला नाही? हा माणूस हसतमुख का? त्याच्याच शेजारी काम करणारा, त्याच्या एवढाच पगार घेणारा माणूस दुर्मुखलेला का? मानसशास्त्रज्ञांनी या गोष्टींचा खूप खोलवर विचार केला आहे. त्यावर त्यांनी उपायही शोधले आहेत. आजच्या मानसशास्त्राने मानवी मन सुधारण्याबाबत फारच मोठी मजल गाठली आहे. आजचे मानसशास्त्र मानवाला नवे सामर्थ्य देणारे आहे. हे मानसशास्त्रज्ञ सांगतात की, प्रत्येक व्यक्तीजवळ त्याने स्वतः तयार केलेली अशी एक स्वतःची प्रतिमा असते. तो माणूस त्या आत्मप्रतिमेला सुयोग्य अशी आपली वागणूक ठेवीत असतो. माणसाची ही आत्मप्रतिमा वयाच्या पहिल्या २-३ वर्षांतच घडत असते. ही आत्मप्रतिमा घडविण्यामध्ये आईचा फार मोठा हात असतो. त्यानंतर वडील व सहवासातील इतर मंडळी. पुढे मुले मोठी झाली की, आजूबाजूची मोठी माणसे वा त्यांचे सवंगडी हे आत्मप्रतिमा घडविण्यात आणखी हातभार लावतात.

आत्मप्रतिमा म्हणजे आपण आपल्या मनात आपल्याबद्दल तयार केलेले आपले स्पष्ट चित्र होय. यश किंवा अपयश निश्चित करणारा आत्मप्रतिमा हा महत्त्वाचा घटक आहे. उच्च आत्मप्रतिमेमुळे आयुष्य सुखी, आनंदी आणि अर्थपूर्ण होते. आपले मोल,

आपले सामर्थ्य याची स्वतःलाच जोपर्यंत जाणीव होत नाही, तोपर्यंत आपण आपली आत्मप्रतिमा उंचावू शकत नाही. यश मिळवायचे असेल तर आत्मप्रतिमा उच्च हवी, असा निष्कर्ष सर्व नेते व उच्च पातळी गाठलेल्या सर्व खेळाडू आणि व्यावसायिकांच्या चरित्राच्या अभ्यासावरून काढता येतो.

आत्मप्रतिमा हा लहानपणी घडवला गेलेला एक मुखवटा असतो व तो मुखवटा घेऊन माणूस आयुष्यभर वावरत असतो. या आत्मप्रतिमेला मर्यादा कशा पडतात, हे आपण एका गमतीदार उदाहरणाने पाहू.

एक शेतकरी होता. त्याचा भोपळ्याचा मळा होता. सहजच गंमत म्हणून त्याने वेलावर लटकणाऱ्या एका लहानशा भोपळ्यावर एक काचेची बरणी बांधली. भोपळे काढताना त्याच्या असे लक्षात आले की, बरणीतील भोपळा फक्त बरणीच्या आकाराएवढाच वाढला होता. भोपळ्याला ज्या मर्यादांनी सीमित केले होते, त्या पलीकडे त्याची मजल जाऊ शकली नाही.

एखादे बालक मोठे झाले, समाजात वावरू लागले, त्याचा इतर व्यक्तींशी संबंध येऊ लागला की माणूस स्वतःचे असे १५-२० मुखवटे घेऊन वावरत असतो. कुणाशी तो अगदी नम्रपणे वागेल, कोणाला तो ताडकन तोडून टाकेल, कोणावर तो जीव ओवाळून टाकेल, तर कोणाचा आयुष्यभर द्वेष करील. एखाद्याला अकारण पैसे द्यायला निघेल, तर दुसऱ्या खऱ्या गरजूला तो एक छदामही देणार नाही. प्रत्येक माणूस आत्मप्रतिमेला अगदी जीवापलीकडे जपत असतो. आपल्या आत्मप्रतिमेला थोडाही धक्का लागेल, असे वेगळे वागायला तो तयारच नसतो.

अशी निसर्गाने, परिस्थितीने, आई-वडिलांनी, सभोवतालच्या वातावरणाने, माणसांनी लादलेली आत्मप्रतिमा बदलून माणसाला नवजीवन प्राप्त होऊ शकेल का? आजचे नवे मानसशास्त्र आता ठामपणे सांगू लागले आहे की, आत्मप्रतिमा बदलता येते. प्रत्येक माणसाला सुखी व यशस्वी होण्याचा अधिकार आहे. आपण आपली जुनी आत्मप्रतिमा टाकून नवी आत्मप्रतिमा धारण करू शकू व यशाची नवी वाटचाल चालू शकू. जगातील कोणतीही ताकद आपल्याला अडवू शकणार नाही.

जुनी आत्मप्रतिमा घडवायचे काम केले आहे तुमच्या मेंदूने व ज्ञानतंतूंनी. ही तर तुमच्या शरीरातील यंत्रे आहेत. तुमचा मेंदू व ज्ञानतंतू म्हणजे तुम्ही नव्हे. ती तर चावी द्यावी त्याप्रमाणे चालणारी यंत्रे आहेत. तुमच्या या मेंदूला व ज्ञानतंतूंना लहानपणी चावी दिली ती तुमच्या आईने, वडिलांनी, तुमच्या सभोवतालच्या माणसांनी. यंत्राला ना असते मन, ना भावना. त्याला चावी द्या, त्याप्रमाणे ते चालते. आता मुख्य प्रश्न आहे तो

म्हणजे, ही तयार झालेली आत्मप्रतिमा बदलायची कशी ?

महत्त्वाचा सिद्धान्त

तुमचा मेंदू व तुमच्या ज्ञानतंतूंचे जाळे यांना, प्रत्यक्ष अनुभव आणि केवळ कल्पनेने घेतलेला अनुभव ह्या दोहोंमधला फरक मुळीच समजत नाही.

या सिद्धान्तावर आधारित सकारात्मक भावना सतत उत्पन्न करीत राहिल्यास हळूहळू जुनी आत्मप्रतिमा बदलते. आपण यश मिळवतो आहोत. आपल्याला यशस्वी होण्यासाठी लागणाऱ्या सर्व क्षमता अवगत आहेत. अशा प्रकारचे सत्यावर आधारित लहान लहान अनुभव घ्यावयाचे व या अनुभवांचा विकास करीत करीत मोठे यश मिळवावयाचे.

गेल्या सहा दशकात मानसशास्त्र, मनोविकारशास्त्र व औषध-उत्पादन या क्षेत्रात संथपणे पण महत्त्वाची क्रांती होत आहे. मानसशास्त्र-तज्ज्ञ, मनोविकासतज्ज्ञ व सौंदर्यशल्य तज्ज्ञ यांच्या अथक प्रयत्नांमुळे, त्यांच्या कार्यातून माणसाच्या 'स्व'बद्दल माहितीवर आधारित नवनवीन संकल्पना पुढे येत आहेत. या संशोधनावर आधारित अभ्यासामुळे माणसाच्या व्यक्तिमत्त्वात, आरोग्यात, एवढेच नाही तर वरवर पाहता त्याच्या कार्यक्षमतेत, त्याच्या बुद्धिमत्तेत नाट्यमय बदल घडवून आणले जातील, अशा कार्यपद्धतींचा विकास होतो आहे. या कार्यपद्धतींच्या वापरामुळे हताश, वैफल्यग्रस्त माणसेसुद्धा यशस्वी होऊ लागली आहेत.

स्वतःबद्दलचे मानसशास्त्र समजावून घेणे म्हणजेच अपयशाचे रूपांतर यशात, तिरस्काराचे रूपांतर प्रेमात किंवा कडवटपणाचे रूपांतर आनंदात व्हायला लागते. खचणारे व्यक्तिमत्त्व प्रभावी होऊ लागते. आपल्यातील स्वत्त्वाचा शोध म्हणजेच हुकूमशाहीच्या विशिष्ट वाटचालीतून स्वातंत्र्याकडे वाटचाल करणे होय.

डॉक्टर ज्या प्रमाणे रोग्याची लक्षणे अभ्यासून त्याला झालेल्या रोगाचे निदान करतात, त्याचप्रमाणे यशस्वी आणि अयशस्वी व्यक्तींच्या अवतीभोवती त्यांची लक्षणे आपल्याला बघावयास मिळतात. त्यांचे स्वभाव, त्यांची व्यक्तिमत्त्वे याचा आपण अभ्यास केला तर यश किंवा अपयश पदरी का पडते हे आपण समजावून घेऊ शकतो.

यशस्वी व्यक्तिमत्त्वात आढळून येणारे मूलभूत गुण

C	-	Courage	–	धैर्य
C	-	Charity	–	दया
E	-	Esteem	–	स्वाभिमान
S	-	Sense of Direction	–	योग्य दिशा
S	-	Self-Confidence	–	आत्मविश्वास
S	-	Self-Acceptance	–	आत्मस्वीकार
U	-	Understanding	–	समजूतदारपणा

अयशस्वी व्यक्तिमत्त्वात आढळून येणारे मूलभूत दोष

A	-	Aggressiveness	–	आक्रमकता
E	-	Emptiness	–	वैफल्य
F	-	Frustration	–	निराशा
I	-	Insecurity	–	असुरक्षितता
L	-	Loneliness	–	एकटेपणा
R	-	Resentment	–	संताप
U	-	Uncertainty	–	अनिश्चितता

आपल्याला यशस्वी व्हायचे असेल तर त्यासाठी लागणारे मूलभूत गुण आपण अंगी बाळगायला हवेत. त्याचप्रमाणे अयशस्वी व्यक्तिमत्त्वात असणारे मूलभूत दोष दूर करावयाला हवेत.

यश नको असणारा माणूस शोधूनही सापडणार नाही. थोडक्यात, आपल्यापैकी प्रत्येकालाच यशस्वी होण्याची इच्छा असते. यश प्राप्त करण्याचे आपले प्रांत वेगवेगळे असू शकतात. सर्वसामान्यांना मान्य होईल अशी यशाची व्याख्या पाहू या.

"हव्या असलेल्या योग्य गोष्टींचा सातत्याने मिळवलेला लाभ म्हणजेच यश." यश म्हणजे एखादे स्थानक नाही तर तो सततचा प्रवास आहे. एक यश मिळाले की लगेचच आपण दुसऱ्या यशाच्या मागे धावू लागतो. यश ही मनात होणारी जाणीव आहे. यशस्वी माणसांची चरित्रे अभ्यासली म्हणजे लक्षात येते की, यश मिळविण्यासाठी पुढील तीन गोष्टींची आवश्यकता आहे: (१) दुर्दम्य इच्छा (२) अचल श्रद्धा (३) न खचता अथक प्रयत्नांचे सातत्य.

आपल्याला असेही म्हणता येईल की, यश म्हणजे स्फूर्ती, महत्त्वाकांक्षा, निराशा आणि श्रम यांच्या मिश्रणाने नशिबाच्या साक्षीने झालेले प्रगटीकरण होय. यश आणि समाधान हे हातात हात घालून वावरत असतात. आपल्याला हवे ते मिळवणे म्हणजे यश, तर आपल्याला जे मिळाले ते हवे असणे म्हणजे समाधान होय. यश म्हणजे अपयशाचा संपूर्ण अभाव नव्हे, तर यश म्हणजे आपल्या अंतिम उद्दिष्टांची प्राप्ती. प्रत्येक लढाई नव्हे, तर अंतिम युद्ध जिंकणे. अपयश ही हार न मानता ही काही तरी शिकण्याची एक संधी आहे असे माना. तो धडा घ्या आणि ते विसरून नव्या उत्साहाने मार्गक्रमण करा. योग्य आत्मप्रतिमा तयार केली की, यश मिळवणे जड जात नाही.

□□

६

यशाचे सप्तर्षी

यशस्वी माणसे विचार कसा करतात? त्यांची कार्यप्रेरणा कोणती असते? काही यशस्वी माणसांशी झालेल्या गप्पागोष्टींतून मिळालेले काही मुद्दे नक्कीच मार्गदर्शक ठरतील. एक गोष्ट प्रकर्षाने जाणवते ती म्हणजे, यशस्वी माणसांकडे इतरांना कार्यप्रवण करण्याचे प्रभावी कौशल्य असते. त्यांच्याशी झालेल्या चर्चेतून आलेले सात उपयुक्त मुद्दे खालीलप्रमाणे :

१. संपूर्ण जबाबदारी घ्या.

समाजात आपल्याला अशी अनेक माणसे भेटतात की ती आपल्या अपयशाचे खापर नेहमीच इतरांवर फोडत असतात. आपल्या अपयशाबद्दल ती नेहमीच आपल्या मातापित्यांना, सरकारला, देशाला अथवा आपल्या परिस्थितीला जबाबदार धरत असतात. आपल्याला प्रेरणा देणारी यशस्वी माणसे मात्र असे युक्तिवाद साफ नाकारतात. त्यांचे घोषवाक्य असते: **आयुष्यात काही घडवायचे असेल, काही मिळवायचे असेल तर ते माझ्याच आणि फक्त माझ्याच हातात आहे.**

त्यांना कळून चुकलेले असते की, आपण कुणाला किंवा आपल्याबाहेरील परिस्थितीला जबाबदार धरले तर त्याच गोष्टी आपल्याला यशापासून दूर ठेवतात. आपली शक्ती आपण दुसऱ्याच्या हातात देतो. आपल्या आयुष्याचे नियंत्रण आपल्यापेक्षा इतरांच्या हातातच जास्त आहे अशीच त्यांची मनोधारणा असते.

मी वाचलेली श्री. लेस ब्राऊन यांची कथा मोठी उद्‌बोधक आहे. यांना त्यांच्या जन्मदात्या आई-वडिलांनी एक 'मतिमंद' मुलगा म्हणून लेबल लावले होते. त्यांनी हा मुलगा शालेय शिक्षण घेऊ शकणार नाही अशी आपली समजूत करून घेतली होती. त्यामुळे मुलाने आपल्या सर्व आशाआकांक्षा सोडून द्याव्यात अशीच परिस्थिती होती. परंतु त्याच्या सुदैवाने तो एका संवेदनशील शिक्षकाच्या सान्निध्यात आला. त्यांनी त्याला समजावले, " बाळा ! इतरांचे तुझ्याबद्दलचे मत म्हणजे तुझ्याबद्दलची सत्यपरिस्थिती आहे असे होऊ शकत नाही." ब्राऊनला समजले की, आपले भवितव्य आपल्याच हातात आहे. स्वतःच्या प्रयत्नाने ते एक नामवंत लेखक आणि कायदेतज्ज्ञ झाले. अमेरिकेत एका तासाला २०,००० डॉलर घेणारे ते एक उत्कृष्ट प्रेरणादायक व्याख्याते झाले.

श्री. ब्राऊन यांना समजले होते की, आयुष्यात सर्वसाधारणतः निसर्ग, आपला भूतकाळ आणि इतर लोक यांवर आपले काहीही नियंत्रण नसते. मात्र आपले स्वतःचे विचार आणि कृती यावर आपण नियंत्रण गाजवू शकतो. आपण आपल्या आयुष्यात येणाऱ्या गोष्टींची जबाबदारी स्वीकारणे हीच आपल्या आयुष्यात आपल्याला ऊर्जा देणारी, शक्ती देणारी गोष्ट आहे.

२. ध्येयवादी आयुष्य जगा

ध्येयवादी आयुष्य जगणं हीच तर यशस्वी माणसे आणि इतर माणसे यांना अलग करणारी गोष्ट नाही का? ध्येयवादी माणसांना खात्री असते की त्यांना विशिष्ट काम करण्यासाठीच पृथ्वीतलावर पाठवले आहे. आयुष्यात ध्येय हेच माणसाला संपूर्ण कार्यशक्तीने कार्यासाठी प्रवृत्त करते. आयुष्यात ध्येय असणे हे फारच महत्त्वाचे ठरते, तर ध्येय नसणे म्हणजे सुकाणू नसलेली बोट.

आयुष्यात योग्य ध्येय नसेल तर आपल्यापुढे कमी समस्या निर्माण होतात आणि आपण एक नीरस आयुष्य जगतो. परंतु जेव्हा आपण एखाद्या ध्येयासाठी जगतो, तेव्हा आपली कळकळ असते, उत्तम काम करणे. आपल्या कामावर आपले प्रेम जडते आणि ते आपल्याला भारून टाकते. इतर लोकांना आपल्याबरोबर संबंध जोडायला आवडते. कारण आपल्या कामाची कळकळ त्यांना जाणवते.

आपण विशिष्ट ध्येयासाठी आयुष्य जगता का? आपण आयुष्य जगण्यासाठी आपला विश्वास बसेल असे कारण शोधा आणि आपला व्यवसाय त्याभोवती उभा करा. महात्मा गांधी आणि पंडित नेहरू यांनी स्वतःतले देशप्रेम जाणले आणि त्याभोवती स्वतःची कारकीर्द उभी केली. जमशेदजी टाटांनीही स्वतःतले देशप्रेम जाणले; त्यातूनच त्यांना उद्योगाची प्रचंड प्रेरणा गवसली आणि त्यांनी आपल्या देशासाठी, देशबांधवांसाठी संपत्ती निर्माण करणारा प्रचंड व्यवसाय उभा केला.

३. लेखी योजना तयार करा

एखाद्या लेखी योजनेशिवाय आपले ध्येय साध्य करण्याचा प्रयत्न करणे म्हणजे नकाशाशिवाय आपल्या प्रचंड देशाची सफर करण्यासारखे आहे. खूप दूर जाण्याआधीच आपण आपला वेळ, ऊर्जा आणि पैसा वाया घालवतो आहोत असे वाटून आपण आपला प्रवास संपवण्याचीच शक्यता जास्त.

अनेक यशस्वी माणसांनी सांगितले आहे की, लेखी न ठेवलेली ध्येये ही ध्येये नाहीतच. त्या फक्त आपल्या कल्पना किंवा लहरी होत. ध्येय नसणं म्हणजे फुटबॉल खेळताना दोन्ही बाजूचे गोल काढून टाकण्यासारखे आहे. परंतु लेखी ध्येये असतील तर आपण कामाची मजा लुटाल आणि थोड्या वेळात आपले ध्येय गाठाल. आपले योग्य

प्रयत्नच आपल्याला प्रेरक ठरतील.

४. किंमत देण्याची तयारी ठेवा

एखादं सुंदर घर असणं, आरामदायी वाहन असणं किंवा कोट्यवधी रुपये कमावणं अशी स्वप्ने असणे वाईट नाही. बहुधा सर्व लोकांनाच हे हवे असते. यशस्वी लोक फक्त आपली स्वप्ने सत्यात उतरवण्यासाठी काय किंमत द्यावी लागणार आहे, याचा अंदाज घेतात. त्यासाठी लागणाऱ्या कष्टाबद्दल कुरकुर करीत नाहीत. यश म्हणजे ९९ टक्के घाम आणि एक टक्का नशीब.

आपल्याला सुप्रसिद्ध उद्योगपती श्री. धीरूभाई अंबानी यांची गोष्ट माहीतच आहे. सुरुवातीच्या काळात आपण उत्पादिलेला माल विकण्यासाठी प्रस्थापित व्यावसायिकांच्या विरोधाला न जुमानता घरोघर हिंडून या गृहस्थाने आपला माल विकला. किती मोठा लढा द्यावा लागला असेल त्यासाठी? अपार कष्ट सोसावे लागले असतील, अपमान सहन करावे लागले असतील. पण त्यामुळेच अद्वितीय यश त्यांच्या पदरात पडले.

५. आपल्या क्षेत्रात तज्ज्ञ बना

काही यशस्वी व्याख्यात्यांशी मी बोललो तेव्हा मला असे जाणवले की आपल्या क्षेत्रात उत्तम होण्यासाठी त्यांची कार्यप्रवणता, अपार कष्टाची तयारी, आपली कौशल्ये परिपूर्ण करण्यासाठी वाटेल ते करण्याची त्यांची क्षमता, धडपड फार मोठी होती.

आजकाल 'बेंचमार्किंग' ही संकल्पना फारच लोकप्रिय झाली आहे. आपल्याला ज्या क्षेत्रात यश मिळवायचे आहे त्यातील सर्वोत्कृष्ट व्यक्ती अथवा उद्योगाची निवड करा. त्यांनी हे यश कसे संपादन केले याची मोजमापे मिळवा. आपल्यापुढे ते ध्येय किंवा उद्दिष्टे ठेवून वाटचाल करा. इतरांनी जर हे साध्य केले आहे तर आपण ते जरूर साध्य करू शकू, हा विचार सतत मनात असू द्या. या विश्वासावर यशाची अनेक शिखरे पादाक्रांत करता येतील.

६. कधीच माघार घेऊ नका

'यश म्हणजे अपयशांचा अभाव असे नाही, तर अंतिम उद्दिष्ट गाठणे आहे. याचा अर्थ अंतिम युद्ध जिंकणे; प्रत्येक छोट्या, छोट्या लढाया नव्हे.' एडविन ब्लीस यांचे हे वाक्य खूपच उद्बोधक आहे.

आपण जेव्हा आपले ध्येय गाठण्यासाठी वचनबद्ध असता, तेव्हा माघार घेणं हा पर्याय आपल्यापुढे नसतोच. काहीही करून ध्येय गाठणे या एकमेव कार्यप्रेरणेने आपल्याला झपाटायला, ग्रासायला हवे. कोणत्याही अपयशाने निराश न होता सातत्याने प्रयत्न करणाऱ्यांनाच अंतिम यश मिळते.

विद्युत दिव्याचा शोध लावताना थॉमस एडीसन यांना हजार वेळा अपयश आले

होते असे सांगतात. हा आकडा महत्त्वाचा नाही; पण काही अपयशानंतर त्यांनी हा प्रयत्न सोडला असता, तर कदाचित आज आपण अंधारातच राहिलो असतो. प्रयत्नात अनेकदा अपयश पचवावेच लागते. चिकाटी न सोडता केलेल्या प्रयत्नामुळेच यश मिळणे शक्य होते.

आपल्या दिवसातला जास्तीत जास्त भाग आपली स्वप्ने आणि उद्दिष्टे गाठण्यासाठी खर्च करा. स्वतःला विचारा, मी आता जे काही करतो आहे यामुळे मी माझ्या स्वप्नांच्या जवळ येतो आहे ना? नसेल तर असे काही करा की त्यामुळे तुम्ही तुमच्या स्वप्नांच्या अधिक जवळ जाल.

७. उशीर करू नका

आयुष्यात आपल्याला असे अनेक अनुभव येतात, की आपण एखादी गोष्ट पुढे ढकलली की त्यासाठी आपल्याला कायमचेच मुकावे लागते. माझे मित्र आणि मी एक पुस्तक बरोबर लिहिणार होतो. अनेकवेळा आमची यावर विस्तृत चर्चाही झाली होती पण योग येत नव्हता. एक दिवस कानावर बातमी आली की अनपेक्षित गंभीर आजारामुळे त्याचे निधन झाले. म्हणून वाटते, मनात आल्यावर ताबडतोब ही गोष्ट केली असती तर?

लक्षात ठेवा की, या पृथ्वीवर आपण कायमचे राहणार नाही. आपल्याजवळ मर्यादित वेळ आहे. या गोष्टीकडे निराशेने अथवा नकारात्मकपणे न बघता यशस्वी माणसे याचा सदुपयोग करून स्वतःला कार्यप्रवण करतात. वेळ वाया न घालवता सतत कार्य करीत उत्साहाने, अतिशय आवडीने आपली स्वप्ने साकार करीत असतात.

आपणही हे करू शकता.

$\square\square$

७

संघर्ष मिटवा !

संघर्षामुळे ताणतणाव निर्माण होतात. नीति, धैर्य कमी होते आणि उत्पादकता खालावते. या लेखातील सूचनांच्या उपयोगामुळे संघर्ष कमी होऊन कामाची जागा आणि आपसातील व्यवहार अधिक उत्पादक आणि अर्थपूर्ण करता येतील. वाचकांना संघर्षाचे प्रवाह कसे असतात ते कळेल. त्याची कारणे लक्षात येतील. संघर्षाची योग्यवेळी दखल घेतल्यास त्यांचे नकारात्मक परिणाम दूर होऊन कामाची जागा जास्त उत्साहवर्धक करून योग्य वातावरणनिर्मिती साधता येते.

संघर्ष म्हणजे काय?

संघर्षाची नेमकी व्याख्या करणे तसे कठीणच. पण संघर्ष म्हणजे दोन किंवा अधिक शक्तींमधील मतभिन्नतेचे अस्तित्व किंवा कृती असे म्हणता येईल. मतभेद हे स्वाभाविक आणि जिवंतपणाचे लक्षण आहे. नेहमीच संबंध येणाऱ्या विचारवंत माणसांमधील ही एक अटळ प्रक्रिया आहे; मग हे संबंध घरात, कामाच्या ठिकाणी किंवा सामाजिक जीवनातील का असेनात !

पूर्वी संघर्ष किंवा विरोध अस्तित्वातच नाही असे समजले जायचे. किंवा वैयक्तिक संघर्ष ही संस्थेतील व्यवस्थापनाची अपूर्णता आहे असे समजले जायचे. या मागील कारणमीमांसा अशी होती की कामाच्या तर्कशुद्ध पद्धती दिल्या, जबाबदाऱ्यांची वाटणी केली, योग्य कामासाठी बक्षीस आणि अयोग्य किंवा अर्धवट कामासाठी शिक्षा ठरवल्यानंतर मतभेदांची शक्यताच उरत नाही. असे असले तरी प्रत्यक्षात मात्र संघर्ष, विरोध आणि धुसफुस अस्तित्वात होतीच. संघर्ष हे वाईट असा समज असल्यामुळे ते टाळण्याचा, दाबून टाकण्याचा प्रयत्न करून त्याच्याकडे दुर्लक्षच केले जायचे. मानसशास्त्राचा विकास जसजसा वर्तणूकशास्त्रात होऊ लागला तसतशी संघर्षाबद्दल नवीन दृष्टी प्राप्त होऊ लागली. त्याबरोबरच, संघर्ष ही न टाळता येणारी बाब आहे, असाही विचार पुढे आला. संघर्ष ही व्यक्तिव्यक्तींच्या संबंधातील एक अपरिहार्य बाब आहे हे सर्वांना पटू लागले. खरं तर सौम्य संघर्ष हे एक जिवंतपणाचे लक्षणच नाही का? संघर्ष हे सशक्त आणि मजबूत-पणाचे द्योतक आहे. कारण मतभेदातूनच नवनवीन आणि चांगल्या कल्पना जन्मतात, चांगल्या कार्यपद्धतीचा शोध लागतो. संस्थेच्या आणि संबंधाच्या उत्तम प्रगतीसाठी

मतभेद आवश्यक आहेत. तीव्र आणि कटू मतभेद मात्र संस्थांना सुस्त बनवितात, निष्प्राण करतात. म्हणूनच खरी समस्या संघर्ष उखडून किंवा दाबून टाकणे ही नाही, तर त्यांचे रूपांतर सकारात्मकतेत कसे करता येईल, ही आहे.

संघर्षाचे सकारात्मक परिणाम

चांगल्या कल्पनांची निर्मिती, नवीन मार्गाचा शोध, जुन्या समस्या आणि त्यावरील उपायांचा शोध यांतून वेगवेगळे विचार पुढे येतात. तणावपूर्ण परिस्थितीमुळे कामात रस निर्माण होतो आणि आपल्या क्षमतांचा कस लागतो.

संघर्षाचे नकारात्मक परिणाम

काही लोकांना आपली पिळवणूक होते आहे असे वाटते, संबंधातील दरी वाढते, अविश्वास आणि संशयाचे वातावरण तयार होते, सहकाराऐवजी स्वार्थ वाढतो, संघभावनेला प्रत्यक्ष वा अप्रत्यक्ष विरोध उत्पन्न होतो आणि संतापामुळे काही लोक संस्था सोडतात.

१. **विफलता / नाउमेद :** ही एक मानसिक अवस्था आहे. आपल्या अपेक्षा पूर्ण झाल्या नाहीत आणि त्या पूर्ण होण्याची शक्यताच नाही असे जेव्हा माणसाला वाटते, तेव्हा ही स्थिती निर्माण होते. सर्वच माणसांना निराशेचा अनुभव येतो; मात्र तिला एका मर्यादेबाहेर जाऊ देणे धोक्याचे असते.

२. **समस्येची अथवा तत्त्वांची उकल :** आपली समस्या काय आहे, त्यात कोणकोणत्या बाबी गुंतल्या आहेत याचा जेव्हा आपण विचार करायला लागतो, तेव्हा संबंधित बाबींची उकल होते.

३. **वागणूक :** ज्या पद्धतीने आपल्याला समस्येची उकल होईल त्याप्रमाणे त्याचे रूपांतर संबंधित लोकांशी होणाऱ्या आपल्या वागणुकीत होते.

४. **परिणाम :** आपण एखादे काम करतो किंवा निर्णय घेतो तेव्हाच आपल्या भावनांचे दर्शन आपल्याला होते.

संघर्षाची कारणे आणि उपाय

१. अपूर्ण गरजा किंवा इच्छा

अपेक्षित आणि गरजेच्या गोष्टी मिळाल्या नाहीत की मतभेद निर्माण होतात. बऱ्याच वेळा असेही आढळते की शारीरिकदृष्ट्या आपण तंदुरुस्त नसतो, थकवा आलेला

असतो, खूप भूक लागलेली असते किंवा मनात काही ताणतणाव निर्माण झालेले असतात. प्रेम किंवा नातेसंबंधातील अपेक्षा अपूर्ण राहतात, तेव्हा मतभेद निर्माण होतात. काही वेळा असे होते का ?

○   आपल्याला भूक लागलेली असते आणि आपण नोकरांना झापतो.

○   कार्यालयातून थकून आल्यावर आपण बायकोवर ओरडतो.

मीटिंगमध्ये आपली सूचना टाळून दुसऱ्याची स्वीकारली जाते, तेव्हा आपण चिडतो. अशा वेळी आपल्या आणि दुसऱ्यांच्या अपेक्षा यांचा शांतपणे विचार करा.

२. मूल्ये

बऱ्याच वेळा संघर्षाचे मूळ व्यक्तींच्या मूल्यातील फरकात असते. आपल्या मूलभूत श्रद्धांचे रूपांतर मूल्यांमध्ये होत असते. त्यावरच आपले विचार, वागणूक आणि कार्य आकार घेते, साकार होत असते. जेव्हा आपल्या आणि इतरांच्या मूल्यात स्पष्टता येते, तेव्हा आपसातील संघर्ष टाळता येतात.

३. समज किंवा ज्ञान

आपल्याला मिळणारी सर्व माहिती आपण 'समज' या ज्ञानभिंगातून गाळून घेत असतो. परंतु स्वाभाविकत: आपल्या सर्वांची ही भिंगे वेगवेगळी असतात. या वेगवेगळ्या 'समजा'मुळेही अनेक संघर्ष निर्माण होतात. एकाच निरीक्षणात वेगवेगळे समज होऊ शकतात याची जाणीव झाल्यास अनेक संघर्ष टळूही शकतात.

४. माहिती आणि ज्ञान

सर्वांचे ज्ञान आणि माहिती सारखीच नसते आणि त्यामुळेही संघर्ष उद्भवतात. ज्ञान आणि माहिती वाढवण्यासाठी आणि पर्यायाने संघर्ष कमी करण्यासाठी जॉन आणि हॅरी या मानसशास्त्रज्ञांनी एक प्रभावी उपाय सुचवला आहे. त्याला 'जोहारी विंडो' असे म्हणतात. या संकल्पनेचा वापर बराच उपयुक्त ठरतो. माहिती व ज्ञानाचे चार प्रकार असे :

१.   सर्वांनाच माहीत आहे.

२.   इतरांना माहीत आहे आणि आपल्याला माहीत नाही.

३.   आपल्याला माहीत आहे पण इतरांना माहीत नाही.

४.   कुणालाच माहीत नाही.

५. गृहीते आणि निष्कर्ष

आपल्या जवळील उपलब्ध माहितीवरून आपण गृहीते आणि निष्कर्ष काढीत असतो. ते नेहमीच बरोबर आणि योग्य असतात असे नाही, त्यामुळेही संघर्ष उत्पन्न होतात.

६. अपेक्षा

मनुष्य संबंधात एकमेकांबद्दल काही अपेक्षा असणे अगदीच नैसर्गिक आहे. निरपेक्ष संबंध ही बाब खूपच मोठी आणि दुर्मीळ आहे. तरुणांना कपडे, वेळ आणि व्यवहार यात व्यावसायिक असावे असे वाटते तर, वयाने मोठी माणसे साधेपणा पसंत करतात. मग या गोष्टीत अपेक्षा पूर्ण न झाल्याने संघर्ष होतात. बऱ्याच वेळा या अपेक्षा स्पष्टपणे सांगितल्या जात नाहीत. या अपेक्षांमध्ये वेळोवेळी बदलही करायला हवा. किती वेळा असा बदल आपण करतो? आपला वाढदिवस अशा अपेक्षांची चाचपणी करण्याची उत्तम संधी असते. कामाच्या ठिकाणी यासाठी काही मार्गदर्शक आचारसंहिता उपयोगी पडते.

७. वातावरण

आपण सर्वजण वेगवेगळ्या वातावरणात वाढलो आहोत. जसे की जात, लिंग, आर्थिक परिस्थिती, भौगोलिक, सामाजिक स्थिती, शिक्षणपद्धती आणि आपले वय यात बरेच अंतर असते व आपल्या आचार-विचारात, अनुभवात फरक पडतो. वेगळी संस्कृती, जातपात यामुळेही अनेक समज, गैरसमज आणि संघर्ष निर्माण होतात. येथे कोणत्याही मताबद्दल दुराग्रह न धरता एकमेकांना समजून घेतले तर बरेच संघर्ष टाळता येतात.

संघर्ष हाताळण्याच्या काही पद्धती

सहकारी आणि स्वतःतील दांडगा आत्मविश्वास यांचा वापर बहुतेक संघर्षाची योग्य हाताळणी करण्यासाठी उपयुक्त ठरतो. संघर्ष मिटविण्याच्या काही पद्धती प्राधान्यक्रमाने खाली दिल्या आहेत.

सहकार्य

यात आत्मविश्वास आणि सामंजस्य यांचा सुरेख संगम साधला जातो. यात संघर्षात सापडलेल्या दोन्हीही व्यक्ती किंवा संस्थांच्या कळकळीचा, काळजीचा विचार केला जातो. दोघांचेही पूर्ण समाधान कसे करता येईल हा उद्देश असतो. अंतःप्रेरणांचा विचार करून विरोध मिटवला जातो. समस्यांचे कल्पक समाधान शोधले जाते आणि त्यामुळे कोणालाही दुखावलो गेलो अशी टोचणी राहत नाही.

तडजोड

पूर्ण आत्मविश्वास आणि पूर्ण सहकार्य याच्या मधली स्थिती. दोन्हीही पक्षाचे अंशतः समाधान साधले जाते. ही स्थिती पूर्ण समाधानाच्या अलीकडची आहे. येथे पूर्ण समाधानासाठी लागणारा वेळ वाचवला जातो.

स्पर्धा – चढाओढ

आत्मविश्वास आणि असहकार यांचा समावेश यात आहे. यात एखादा माणूस अथवा संस्था आपल्या फायद्यासाठी विरुद्ध व्यक्ती किंवा संस्थेच्या कमतरतांचा फायदा घेते. फक्त यशाचा पाठपुरावा करणारी ही वृत्ती आहे. दुसऱ्याचा विचार करणे यात गरजेचे वाटत नाही.

सामावून घेणे

कच्चा आत्मविश्वास आणि सहकार एकत्र आले की ही अवस्था तयार होते. ही स्पर्धेच्या विरुद्ध गोष्ट आहे. यात एका बाजूने स्वतःच्या अपेक्षांना, इच्छांना, दुसऱ्याच्या समाधानासाठी मुरड घातली जाते.

टाळणे

ही प्रतिक्रिया कच्चा आत्मविश्वास आणि असहकार यातून निर्माण होते. संघर्षाची फारशी दखल घेतली जात नाही. त्यावर विचार होत नाही. मतभेदाकडे धूर्तपणे कानाडोळा केला जातो. माघार घेत पुढे काय होते ते पाहू असा विचार असतो.

आयुष्यातील अजून एका महत्त्वाच्या संघर्षाचा विचार मला फार महत्त्वाचा वाटतो. कोणता आहे तो संघर्ष? या संघर्षाचा विचार माणसाला त्याच्या अस्तित्वाच्या मूलभूत उद्देशाकडे घेऊन जाणारा आहे. आपल्या मनात जेव्हा आपल्या स्वतःशीच स्वतःचा संघर्ष सुरू होतो, तेव्हा हा संघर्ष समजून घेऊन योग्य रीतीने हाताळला गेला तर माणूस अंतर्मुख होतो आणि आयुष्यातील त्याचे सगळेच संघर्ष विरून जातात. कसा सामना कराल या संघर्षाचा? स्वतः बसून चिंतन करणे आणि या शांतीतून ध्यानात उतरणे हाच या संघर्षावर रामबाण उपाय आहे. अनेकांनी याचा उपयोग करून जीवनाचे अंतिम ध्येय प्राप्त करून घेतलेले आहे.

संघर्ष ही आयुष्यातील एक अटळ, अनिवार्य बाब आहे, हे समजून घेणे खूप जरुरीचे आहे. त्याचबरोबर योग्य हाताळणी केल्यास त्याचे नकारात्मक परिणाम टाळून सकारात्मक परिणाम साधता येतात. संघर्ष का निर्माण होतात हे जाणून घेण्याची इच्छा, क्षमता आणि ते हाताळण्याचे कौशल्य किती आहे यावर संघर्ष मिटवणे अवलंबून आहे. वेगवेगळ्या परिस्थितीतील निर्माण झालेले संघर्ष लोकांनी कसे मिटवले याचा अभ्यासही संघर्षाची योग्य हाताळणी करण्यास फार उपयुक्त आणि मार्गदर्शक ठरतो. त्यातून निर्माण होणारे परिणाम हे फलदायी ठरतात.

❑❑

८

स्वतःची ओळख
डॉ. फिलिप मॅग्रो - चाचणी

'कार्टरूम सायन्स इन्कॉर्पोरेशन' या संस्थेचे एक संस्थापक सदस्य डॉ. फिलिप सी मॅग्रो हे मानसशास्त्रात अतिशय आदराने घेतले जाणारे नाव. माणसाच्या वर्तनाचे गाढे अभ्यासक म्हणून लाखो हृदयात घर करून बसलेली व्यक्ती. माणसाने वागावे कसे, या विषयावर अनेक वर्षे संशोधन आणि प्रत्यक्ष अनुभव गाठीशी असणारा मनोवैज्ञानिक. डॉक्टरांचे वडील टेक्सासमधील योकाहामा येथे तेल यंत्राची निर्मिती करणाऱ्या कंपनीत विक्रेते म्हणून काम करीत होते. वयाच्या चाळिसाव्या वर्षी त्यांनी मानसशास्त्रात पदवी संपादन केली. त्यांची आई साधी गृहिणी होती. वडिलांनी पदवी मिळवेपर्यंत फिलिप यांनी मानसशास्त्रात 'डॉक्टरेट' मिळवली होती. त्यानंतर दोघांनीही आपल्या मानसशास्त्रीय व्यवसायाला एकत्रित सुरुवात केली. पुढे त्यांनी कायद्याच्या व्यवसायात मदत करणे चालू केले आणि १९८९ साली 'कोर्टरूम सायन्स इन्कॉर्पोरेशन' या संस्थेची स्थापना केली. तेथे कृत्रिम वातावरणात कोर्टाच्या ट्रायल्स घेतल्या जात. माणसांच्या वागण्याचे पृथःक्करण केले जाई. ते राष्ट्रीय आणि आंतरराष्ट्रीय दर्जाची संमेलनेही आयोजित करीत. त्यांनी एक छान चाचणी विकसित केली. या चाचणीचा उपयोग करून कर्मचाऱ्यांच्या आणि भावी कर्मचाऱ्यांच्या अंतर्मनाचा चांगला अभ्यास करता येतो.

आपण स्वतः कसे आहोत, हे समजावून घेण्यासाठी या चाचणीचा फार उपयोग होऊ शकतो असे वाटल्यामुळे, ती चाचणी आपल्यासाठी या लेखात देत आहे.

चाचणी विषयी

ही अगदी साधी आणि सोपी चाचणी आहे.

- शांतपणे आणि वर्तमानाचा विचार करून उत्तरे द्या.
- मनुष्य संबंध विभागाने अनेक ठिकाणी या चाचणीचा उपयोग केला आहे.
- ही अत्यंत उपयुक्त चाचणी आहे.
- उत्तरासाठी कागद आणि पेन तयार ठेवा.
- कागदावर एक ते दहा आकडे घालून ठेवा.
- आपल्या उत्तराचे अक्षर प्रत्येक आकड्यापुढे लिहा.

○ अक्षराप्रमाणे उत्तरास गुण द्या आणि त्यांची बेरीज करा.

○ बेरीज पुन्हा एकदा तपासा.

१. आपण सर्वोत्कृष्ट कामगिरी केव्हा करतो असे आपल्याला वाटते ?

   अ. सकाळी

   ब. दुपारी किंवा संध्याकाळी

   क. रात्री

२. आपण कसे चालता ?

   अ. लांब ढांगा टाकीत – जलद

   ब. छोटी छोटी पावले टाकीत – जलद

   क. रमत–गमत – समोरच्या जगाकडे बघत

   ड. मान खाली घालीत – हळू हळू.

   इ. अगदीच हळू हळू

३. इतरांशी बोलताना, आपण

   अ. हाताची घडी घालता.

   ब. हात घट्ट आवळता.

   क. हात कंबरेवर अथवा खिशात ठेवता.

   ड. बोलताना त्या व्यक्तीला स्पर्श करता.

   इ. कान, गाल किंवा केस कुरवाळता.

४. विश्रांती घेताना आपण कसे बसता ?

   अ. दोन्ही बाजूला व्यवस्थित गुडघे वाकवून.

   ब. पाय एकमेकांवर ठेवून.

   क. पाय सरळ पुढे खेचून.

   ड. एक पाय दुमडून.

५. एखाद्या गोष्टीचे खूप आश्चर्य वाटते, तेव्हा आपण –

   अ. दिलखुलास दाद देता.

   ब. हळूच हसता.

   क. गालातल्या गालात हसता.

   ड. नेभळट हसता, लाजता.

६. जेव्हा आपण एखाद्या समारंभाला किंवा मेजवानीला जाता, तेव्हा –

   अ. सर्वांचे लक्ष वेधेल असा मोठा आवाज करीत प्रवेश करता.

ब. शांतपणे प्रवेश करीत, परिचित व्यक्तीचा शोध घेता.

क. शांतपणे प्रवेश करून, इतरांचे लक्ष न वेधता वावरता.

७. आपण कामात व्यग्र असताना कोणी एकदम अडथळा आणला, तर –

अ. बदल म्हणून त्याचा स्वीकार करता.

ब. एकदम चिडता.

क. या दोन्हीच्या मधली प्रतिक्रिया देता.

८. खालील पैकी कोणता रंग आपल्याला सर्वांत जास्त आवडतो?

अ. तांबडा अथवा नारिंगी

ब. काळा

क. पिवळा अथवा फिकट निळा

ड. हिरवा

इ. गडद निळा अथवा जांभळा

फ. पांढरा

ग. तपकिरी अथवा करडा

९. आपण रात्री अंथरुणावर पडता तेव्हा झोपी जाण्याच्या काही क्षण आधी आपण

अ. अंग ताणून पाठीवर पडता.

ब. तोंड खाली करून पोटावर पडता.

क. एका कुशीवर वळून पडता.

ड. हात दुमडून त्यावर डोके ठेवून पडता.

इ. उशीखाली डोके खुपसून पडता.

१०. आपल्याला कोणते स्वप्न पडते?

अ. वरून पडता आहात.

ब. भांडण किंवा धडपड.

क. काही तरी किंवा कोणाला तरी शोधता आहात.

ड. उडता किंवा तरंगता.

इ. स्वप्नच पडत नाहीत.

फ. आपली स्वप्ने आनंददायी असतात.

आपल्या उत्तराला खालीलप्रमाणे गुण द्या.

१. अ : २, ब : ४ आणि क : ६

२. अ : ६, ब : ४, क : ७, ड : २, आणि इ : १

३. अ : ४, ब : २, क : ५, ड : ७, आणि इ : ६

४.	अ : ४, ब : ६, क : २, आणि ड : १,

५.	अ : ६, ब : ४, क : ३, ड : ५, आणि इ : २

६.	अ : ६, ब : ४, आणि क : २

७.	अ : ६, ब : २, क : ४

८.	अ : ६, ब : ७, क : ५, ड : ४, इ : ३, फ : २ आणि ग : १

९.	अ : ७, ब : ६, क : ४, ड : २, आणि इ : १

१०. अ : ४, ब : २, क : ३, ड : ५, इ : ६ आणि फ : १

आपण मिळविलेल्या दहाही प्रश्नांच्या गुणांची बेरीज करा.

बेरीज : ....

आपल्याला मिळालेल्या गुणांवरून इतरांना आपण कसे वाटता ते पहा.

२१ पेक्षा कमी गुण : लोकांना वाटते आपण लाजरे आहात व निर्णय घेऊ शकत नाही. आपली काळजी घेण्यासाठी कुणाची तरी गरज भासते. कुणीतरी आपल्यासाठी निर्णय घ्यावा असे तुम्हाला वाटते. इतर गोष्टीत किंवा व्यक्तीत गुंतणे आपल्याला आवडत नाही. इतरांना न भासणारी किंवा दिसणारी समस्या पाहणारा योद्धा अशी आपली प्रतिमा आहे. काही लोकांना आपला सहवास कंटाळवाणा वाटतो. पण आपल्याला जवळून ओळखणाऱ्यांना मात्र आपण कंटाळवाणे वाटत नाही.

२१ ते ३० गुण : आपल्या मित्रांना आपण कष्ट घेणारे आणि नीटनेटके वाटता. त्यांना तुम्ही अतिशय जागृत, काळजी घेणारे, धीमे, शांत आणि कष्टाळू वाटता. क्षणिक भावनेच्या आहारी जाऊन आपण एखादी गोष्ट केलीत तर त्यांना आश्चर्याचा धक्काच बसेल. कारण त्यांची अपेक्षा असते की तुम्ही प्रत्येक गोष्ट काळजीपूर्वक तपासून, प्रत्येक बाजूचा विचार करून योग्य, अयोग्य ठरवावे. आपल्या काळजीवाहू स्वभावामुळे कदाचित त्यांना असे वाटत असावे.

३१ ते ४० गुण : इतर लोक आपल्याला सुज्ञ, समंजस, जागरूक, आस्थेवाईक आणि वास्तववादी समजतात. आपण हुशार, देणगी लाभलेले प्रतिभावान असूनही विनयशील आहात. आपली सहज आणि पटकन मैत्री होत नाही. पण आपण आपल्या मित्रांशी अतिशय प्रामाणिक आहात आणि तीच अपेक्षा आपण आपल्या मित्राकडून करता. जे आपल्याला चांगले ओळखतात त्यांना खात्री आहे की, आपल्या विश्वासाला तडा जाणे फार कठीण आहे. म्हणूनच एकदा गेलेला तडा भरून काढणेही तितकेच अवघड असते, दीर्घ कालावधी खाणारे असते.

४१ ते ५० गुण : इतर तुम्हाला अतिशय आल्हाददायक, उल्हासपूर्ण, आकर्षक,

मनोरंजक, चित्तवेधक, नेहमीच संयमी व्यक्तिमत्त्व मानतात. आपले यश कधीच आपल्या डोक्यात शिरत नाही. ते आपल्याला दयाळू, विचारी आणि समजूतदार व्यक्ती मानतात. आपण त्यांना नेहमीच मदत करणारे उत्साही आणि आनंद निर्माण करणारे वाटता.

५१ ते ६० गुण : आपण इतरांना एक खळबळजनक, अतिशय चंचल आणि भावनावश व्यक्तिमत्त्व वाटता. आपले सगळेच निर्णय बरोबर असतीलच असे नसले, तरी आपण ताबडतोब निर्णय घेणारे स्वाभाविक नेते आहात. आपण कणखर आणि धाडसी आहात. आपण प्रत्येक गोष्ट एकदा तरी अजमावून पाहणारे, धोका पत्करणारे आणि साहसी आहात. आपल्यातून प्रतिबिंबित होणाऱ्या, पाझरणाऱ्या उत्साहामुळे इतरांना आपला सहवास आवडतो.

६० वरील गुण : लोकांना 'जरा काळजीपूर्वक वागावं' असं आपलं व्यक्तिमत्त्व वाटतं. लोकांना आपण बढाईखोर, आत्मकेंद्रित आणि सत्ता गाजविणारे वाटता. आपण तुमच्यासारखंच व्हावं असं वाटल्यामुळे लोक आपलं कौतुक करतील. परंतु तुमच्याबरोबर संबंध ठेवण्यास का-कू करतील आणि पूर्ण विश्वास ठेवण्यास तयार होणार नाहीत.

□□

९

दृष्टिकोन मोजा

आपणा सर्वांना डेव्हिड आणि गोलिएथची कथा माहीतच आहे.

एक राक्षस होता. एका खेड्यातील ग्रामस्थांना तो फार छळायचा. एकदा डेव्हिड, एक पोरगेलासा मेंढपाळ त्या खेड्यातल्या आपल्या नातेवाईकांना भेटायला आला होता. घाबरलेली मुले पाहून त्याने विचारले, 'तुम्ही या राक्षसाशी लढत का नाही?' भयग्रस्त असलेल्या गावकऱ्यांनी उत्तर दिले. 'या प्रचंड राक्षसाचा वध कसा करणार? तो किती बलाढ्य आहे ते दिसतंय ना तुला?' तेव्हा डेव्हिड उद्गारला, 'या राक्षसाच्या प्रचंड आकारामुळे त्याचा वध करता येणार नाही असं समजणं बरोबर नाही. याउलट याच्या प्रचंड आकारामुळेच आपला नेम चुकण्याची अजिबात शक्यता नाही.'

पुढची कथाही आपल्याला माहिती आहेच. सर्व गावकऱ्यांनी डेव्हिडच्या मदतीने केवळ गोफणीच्या साहाय्याने त्या राक्षसाला मारून टाकले.

यावर विचार केल्यास असे जाणवते की, राक्षसरूपी संकट एकच, पण त्याच्याकडे पाहण्याचा डेव्हिडचा दृष्टिकोन सर्व ग्रामस्थांपेक्षा वेगळा होता. म्हणूनच तो या संकटाचा नाश करू शकला. माघार घेण्यासारख्या परिस्थितीला किंवा संकटांना आपण कसे सामोरे जातो हे आपल्या दृष्टिकोनावर अवलंबून असते. सकारात्मक दृष्टिकोन असणाऱ्यांना अपयश म्हणजे यशाकडे नेणारी पायरी वाटते तर नकारात्मक दृष्टिकोनामुळे हेच अपयश मार्गातला अडथळा वाटते. सकारात्मक दृष्टिकोनाचा फायदा आयुष्य अधिक समृद्ध, अधिक अर्थपूर्ण आणि अधिक आव्हानात्मक जगण्यासाठी होऊ शकतो.

आपला आत्ताचा दृष्टिकोन कसा आहे हे खालील प्रश्नावलीवरून तपासता येईल. खालील प्रश्न काळजीपूर्वक वाचा आणि त्याच्या पुढे दिलेला जो आकडा आपल्याला आपल्या बाबतीत योग्य वाटतो (आदर्श नव्हे) त्याला वर्तुळ करा. जेव्हा आपले मूल्यांकन आपण खूपच होकारात्मक आहोत असे वाटते तेव्हा (१०) ला वर्तुळ करा. आपण अगदीच नकारात्मक आहोत असे वाटल्यास (१) ला वर्तुळ करा. सर्वसाधारण दृष्टिकोनासाठी (५) ला किंवा इतर योग्य वाटणाऱ्या त्या, त्या आकड्याला वर्तुळ करा. उत्तर देताना ते प्रामाणिक आणि वस्तुनिष्ठ असावे.

		सकारात्मक नकारात्मक
१.	मला विचारले तर माझे वरिष्ठ माझ्या दृष्टिकोनाचे मूल्यांकन असे करतील.	१०.९.८.७.६.५.४.३.२.१
२.	तशीच संधी माझ्या सहकाऱ्यांना किंवा कुटुंबियांना दिली तर ते असे मूल्यांकन करतील.	१०.९.८.७.६.५.४.३.२.१
३.	वस्तुनिष्ठ दृष्टिकोनातून मी माझे मूल्यांकन असे करेन.	१०.९.८.७.६.५.४.३.२.१
४.	माझी विनोदवृत्ती मोजण्याचे यंत्र असते तर ते असे आले असते.	१०.९.८.७.६.५.४.३.२.१
५.	मी इतरांशी वागताना किती शांतपणे आणि सहानुभूतीने वागतो?	१०.९.८.७.६.५.४.३.२.१
६.	माझ्या कल्पनांकडे मी कसे बघतो?	१०.९.८.७.६.५.४.३.२.१
७.	इतरांच्या कल्पक सूचनांकडे मी कसे पाहातो?	१०.९.८.७.६.५.४.३.२.१
८.	समस्या सोडविताना मी किती पर्यायांचा विचार करतो?	१०.९.८.७.६.५.४.३.२.१
९.	मागील काही महिन्यांचा विचार केला तर माझ्या कामाबद्दल माझा उत्साह कसा आहे?	१०.९.८.७.६.५.४.३.२.१
१०.	सर्वसाधारण आयुष्य जगताना माझा उत्साह किती असतो?	१०.९.८.७.६.५.४.३.२.१

वर्तुळातील सर्व आकड्यांची बेरीज : ....

निष्कर्ष

- आपली बेरीज जर ९० च्या वर आली तर आपला दृष्टिकोन योग्य आहे आणि त्यात बदल करण्याची गरज नाही.

- आपली बेरीज जर ७० आणि ८९ च्या दरम्यान आली तर थोडा बदल केल्यास आपण जास्त सकारात्मक होऊ शकाल.

- आपली बेरीज ५० ते ६९ पर्यंत आली तर सकारात्मकतेसाठी मोठ्या बदलाची आवश्यकता आहे.

- आपली बेरीज ५० पेक्षा कमी आली तर दृष्टिकोनांच्या कायाकल्पाची गरज आहे.

□□

१०

सहभागातून समृद्धीकडे

पृथ्वीतलावरील बहुतांशी जीव आपले जीवन गटानेच जगतात. जिवांनी गटानेच राहावे अशीच नियंत्याची इच्छा असावी. मानव हा सजीवातील सर्वांत श्रेष्ठ, यामुळेच गटात राहून काम करणे आणि उन्नत होणे हा मानवी मनाचा धर्म आहे, स्वभाव आहे. या मूलभूत स्वभावाचा परिणामकारक उपयोग ज्या देशांनी, ज्या समाजांनी केला आहे ते देश, ते समाज इतरांपेक्षा जास्त प्रगत, जास्त विकसित झालेले दिसतात. त्यामुळेच आपल्या समाजाचा, आपल्या देशाचा नेत्रदीपक विकास घडवून आणायचा असेल तर गटागटातून प्रभावी काम कसे करता येईल, याचे निरीक्षण करून त्यातील आपल्या प्रकृतीला, आपल्या संस्कृतीला मानवणारी एखादी चळवळ जर आपल्या देशात आपण उभी करू शकलो तर आपल्यातील राष्ट्रप्रेमाने पछाडलेल्या नेत्यांना अपेक्षित प्रगती आपण तुलनेने कमी वेळातच करू शकू. सध्या माहीत असलेल्या चळवळींमध्ये 'गुणविकास मंडळे' ही संकल्पना खूपच प्रभावी आहे असे अनुभव सांगतो. गेल्या तीन-चार दशकात व्यवस्थापकाच्या कामात लक्षणीय बदल झाले आहेत.आपण बघितले की बॉसचे रूपांतर कोचमध्ये होत आहे, तर फोरमन बनताहेत पर्यवेक्षक. हुकूमशाहीतून आपण सहभागाकडे वाटचाल करीत आहोत. कामगार संघटना आणि व्यवस्थापन हे संघर्षाकडून सहकार्याकडे प्रवास करीत आहेत. सर्वांच्याच दृष्टिकोनात विधायक बदल होताना दिसत आहेत. 'मी केलं' पासून 'आम्ही केलं' असाच सर्वांचा पवित्रा दिसतो आहे. थोडक्यात असे म्हणता येईल की, सगळ्या कामगारांच्या सहकार्याने 'उत्पादकता' वाढवून आपल्या सर्वांच्या आयुष्याचा दर्जा वाढविण्यासाठी व्यवस्थापन प्रयत्न करू लागले आहे. स्पर्धात्मकतेचा रेटा आपणा सर्वांमध्येच सकारात्मक बदल घडवून आणतो आहे. जपानने लाखो छोट्या-छोट्या स्वायत्त समस्या सोडवणाऱ्या 'क्वालिटी सर्कल्स' नावाने सुरू केलेल्या गटांनी औद्योगिक आणि व्यावसायिक क्षेत्राचा चेहरामोहराच पालटून टाकला. या क्रांतीमुळे त्यांनी साऱ्या जगाचे लक्ष वेधून घेतले आणि एक नवा अनुकरणीय प्रवाह सुरू केला. या चळवळीचे वर्णन 'एक प्रचंड विधायक लाट' असेच करायला हवे. अमेरिकेसहित अनेक देशांनी ही संकल्पना उचलली. बऱ्याच ठिकाणी ती यशस्वीही झाली. अनेक ठिकाणी तिला अल्पजीवित्व किंवा अपयशही पाहावे लागले. मला असे वाटते याचे उत्तर परिणामकारक गट-नेतृत्व यातच पाहावे लागेल.

कोणतीही चळवळ यशस्वी करावयाची असेल तर जेथे ती चळवळ रूजवायची आहे, त्या संस्कृतीचा विचार होणे फार महत्त्वाचे ठरते. ढोबळमानाने ज्या त्या देशाने अथवा समाजाने संपादन केलेले ज्ञान आणि त्यांच्याकडे असलेल्या मानवतेच्या एकत्रीकरणाने त्या समाजाची अथवा देशाची सांस्कृतिक पातळी ठरते. उच्च पातळीवरील देशात तयार झालेल्या संकल्पना किंवा चळवळी वेगळ्या पातळीवरील देशात तितक्याच प्रभावीपणे वापरता येत नाहीत. त्यासाठी एकतर जिथे या संकल्पना राबवयाच्या आहेत, त्या ठिकाणची सांस्कृतिक पातळी उंचावणे गरजेचे आहे. असे झाले तरच मूळ संकल्पनांची अंमलबजावणी उपयुक्त आणि यशस्वी होऊ शकेल.

आपल्याही देशात 'क्वालिटी सर्कल फोरम ऑफ इंडिया' (Q.C.F.I.) या राष्ट्रीय संस्थेच्या प्रयत्नातून ही संकल्पना देशाच्या विविध प्रांतात अमलात आणण्याचे प्रयत्न झाले आहेत. त्यातूनच या संकल्पनेच्या प्रयोगातील यशापयशाचे अनुभव डोळसपणे अभ्यासून त्यात योग्य आणि परिणामकारक बदल करून त्यांची अंमलबजावणी केल्यास या संकल्पनांचे अपेक्षित परिणाम आपल्याला मिळू शकतील.

गुणवत्ता मंडळाची संकल्पना

गुणवत्ता मंडळ म्हणजे एकाच क्षेत्रात काम करणाऱ्या सहा ते दहा व्यक्तींचा असा गट की जो स्वयंस्फूर्तीने एकत्र येतो, सर्वानुमते आपल्या समस्या निवडतो, शास्त्रशुद्ध पद्धतीने त्या समस्यांसंबंधी माहिती गोळा करतो. कसोटीस उतरलेल्या तंत्राचा उपयोग करून त्यावर व्यवहार्य तोडगा काढतो व व्यवस्थापनाच्या संमतीने या समस्या परत उद्भवणार नाहीत याची दक्षता घेऊन त्या उपाययोजना अमलात आणतो.

तत्त्वज्ञान

'गुणवत्ता मंडळ' हे लोकांना विधायक कार्यासाठी संघटित करणारे तत्त्वज्ञान आहे. त्यामुळे यात भाग घेणाऱ्या लोकांना स्वयंस्फूर्ती आणि समाधान मिळते. स्वतःची आणि परस्परांची उन्नती साधता येते. काम करताना पोषक आणि उत्साहवर्धक वातावरण निर्मिती होते. या चळवळीत कोणत्याही प्रकारची सक्ती किंवा आर्थिक फायदा नसतो.

एकाच प्रकारचे काम वर्षानुवर्षे करीत राहिल्याने माणूस त्या कामात निष्णात होतो. त्यामुळेच त्याची कामातील उत्कृष्टता आणि उत्पादकताही मोठ्या प्रमाणात वाढते. परंतु कामातील कौशल्य वाढत असताना त्याच्यातील सर्व नैसर्गिक गुणांचा वापर न झाल्यामुळे कामातील साचेबंदपणा त्याच्या व्यक्तिमत्त्वातही उतरू लागतो. म्हणजेच सतत एखाद्या यंत्रावर किंवा एखाद्या कार्यपद्धतीवर काम करणारा माणूस त्या यंत्राचा किंवा कार्यपद्धतीचा एक यांत्रिक भागच बनून जातो. माणसाचा हा कोंडमारा दूर करून

त्याच्यातील नैसर्गिक गुणांचा सतत वापर करण्याची संधी त्याला त्याच्या कामाच्या जागी मिळायला हवी. नेमके हेच काम गुणवत्ता मंडळांच्या माध्यमातून अत्यंत प्रभावीपणे होऊ शकते.

गुणवत्ता मंडळे त्यात भाग घेणाऱ्या कामगाराला आपली बुद्धी, कल्पनाशक्ती, अनुभव आणि मिळविलेले ज्ञान, त्याच्या दैनंदिन कामाच्या जागी उपयोगात आणण्याची अपूर्व संधी निर्माण करून देतात. त्यामुळे माणसातील नैसर्गिक गुणांचा विकास होऊन त्याचे व्यक्तिमत्त्व समृद्ध होते. उत्कृष्ट कामाची निर्मिती होत असल्यामुळे कामासाठी लागणाऱ्या योग्य प्रेरणा आणि भावनिक गुंतवणूक निर्माण होते.

गुणवत्ता मंडळाची प्रमुख उद्दिष्टे

१. वैयक्तिक उन्नती

आपण आपल्या कामाच्या जागी सर्वसाधारणपणे तेच ते काम अनेक वर्षे करीत असतो, त्यामुळे ते कंटाळवाणे होते. कामातील तोचतोपणा इतका अंगवळणी पडतो की, नवीन काही शिकावे, इतर क्षेत्रातील ज्ञान आणि कौशल्ये आत्मसात करावीत ही इच्छाच नष्ट होते. गुणवत्ता मंडळामुळे त्यात भाग घेणाऱ्यांना वेगवेगळ्या आणि निगडित विषयांचे प्रशिक्षण मिळते. नवीन काही करण्याची संधी मिळते. इतर अनुभवी लोकांचा जवळून संबंध येतो. त्यातूनच ज्ञान आणि कौशल्य वाढून सभासदांची उन्नती आणि प्रगती होते.

२. दृष्टिकोनातील विधायक बदल

समाजातील वेगवेगळ्या ठिकाणी जेव्हा आपण वावरत असतो तेव्हा आजूबाजूच्या वातावरणाकडे पाहण्याचा आपला दृष्टिकोन सर्वसाधारणतः उदासीन असतो. गुणवत्ता मंडळाच्या माध्यमातून हा दृष्टिकोन बदलून अवतीभोवतीच्या वातावरणाबद्दल आपल्याला आपलेपणा वाटतो. आपले दृष्टिकोन विधायक होतात. या वातावरणाचे आपण देखील एक महत्त्वाचे अंग आहोत; किंबहुना आपण आहोत म्हणूनच हे वातावरण आपल्यासाठी अस्तित्वात आहे, ही जाणीव आपल्याला होऊ लागते. व्यापक आणि सर्वसमावेशक दृष्टिकोनातून आपण जगाकडे बघायला शिकतो.

हा बदल फार महत्त्वाचा आहे म्हणून व्यवहारातील एक उदाहरण घेऊन ही संकल्पना समजावून घेऊ या.

आपण आपल्या गावातील रस्त्यावरून जात आहात. त्यावरच एक सार्वजनिक पाण्याचा नळ आहे. नळ चालू राहिल्यामुळे पाणी वाया जाते आहे. ही घटना बघून आपण काय कराल ?

१. आपण पुढे होऊन पाण्याचा नळ बंद कराल किंवा

२. आपण या घटनेकडे दुर्लक्ष करून पुढे निघून जाल.

आता असा विचार करा की हीच घटना आपल्या घरात झाली तर आपण काय कराल? (पाण्याचा मीटर मात्र हवा हं!) कोणताही विचार न करता आपल्यातील प्रत्येकजण पटकन नळ बंद करील.

आपण ज्या ज्या वातावरणात वावरतो; मग तो आपला कारखाना असो, आपण काम करतो ते कार्यालय असो, आपण प्रवास करीत असणारी बस असो वा आपले शहर असो, त्या वातावरणाबद्दल 'गुणवत्ता मंडळातील' कामामुळे आपलेपणा निर्माण होतो. हळूहळू पण असे विधायक बदल आपल्या व्यक्तिमत्त्वात घडतात.

३. सांघिक भावनेत वाढ

एखाद्या संस्थेत जेव्हा आपण काम स्वीकारतो तेव्हा त्या संस्थेतील प्रत्येक सभासदाबरोबर आपण एका अदृश्य धाग्याने बांधले जातो. गुणवत्ता मंडळाच्या निमित्ताने जेव्हा आपण एकत्र येऊन काही विधायक कामे करतो तेव्हा हे धागे अधिक मजबूत होत जातात. सांघिक भावनेमुळे आपसांतील मतभेद दूर होण्यास मदत होते. संस्थेतील प्रत्येकजण व्यक्ती, विभाग या विचारापलीकडे जाऊन संस्थेचा विचार करू लागतो. 'एक संस्था एक ध्येय' ही विचारसरणी वाढू लागते. 'मी' जे करू शकत नाही ते 'आपण' करू शकतो अशी भावना जोपासली जाते.

४. कामातील उत्कृष्टता

आपण काय काम करतो त्यापेक्षा आपण ते काम कसे करतो हेच महत्त्वाचे नाही का? आपण करीत असलेले काम एखाद्या संस्थेच्या संचालकाचे असो वा एखाद्या संस्थेत स्वच्छता करणाऱ्या सेवकाचे असो; प्रत्येक काम महत्त्वाचे आहे आणि त्या प्रत्येक कामात सर्वोत्कृष्टता साधणे गरजेचे आणि खूप समाधान देणारे आहे. गुणवत्ता मंडळाचे ध्येय प्रत्येक गोष्ट उत्कृष्ट करण्याचे आहे.

या गोष्टी प्रमुख गोष्टी म्हणून साध्य केल्यास त्यामुळे असंख्य समस्या दूर करण्यासाठी लागणारी प्रेरणा आणि जिद्द निर्माण होते आणि आपले भवितव्यच बदलते. 'गुणवत्ता मंडळे' ही संकल्पना राबवणाऱ्या संस्थांना आणि त्यांत भाग घेणाऱ्या सभासदांना खालील फायदे होतात.

अ) संस्थांना होणारे फायदे

○ सुरक्षितता   ○ उत्पादकतेत सुधारणा

○ स्वच्छता   ○ नीतिमत्तेत सुधारणा

○ वाया जाण्याचे प्रमाण कमी   ○ परस्पर संबंधात सुधारणा

- दर्जात सुधारणा
- खर्चात कपात

- संघभावनेत वाढ
- उत्साही कामगार

ब) सभासदांना होणारे वैयक्तिक फायदे

- सभाधीटपणा
- समस्या सोडविण्याची क्षमता
- व्यक्तिमत्त्व विकास
- आनंदी आणि उत्साही वातावरण
- दुसऱ्याला मदत केल्याचे समाधान

- नेतृत्व गुणांचा विकास
- मित्र परिवारात वाढ
- नवीन तंत्रे मिळण्याची संधी
- मान्यता

आज अनेक नवनवीन तंत्रे उपलब्ध झाली आहेत. नवीन काही आले की जुने सोडून नव्याच्या पाठीमागे धावण्याची वृत्ती समाजात असतेच. नवीनतेचा शोध घेणे ही काही वाईट गोष्ट नाही. परंतु 'गुणवत्ता मंडळे', 'पाच एस' आणि 'कायझेन' या मूलभूत संकल्पना आहेत. त्यामुळे नवीन गोष्टी या संकल्पनांशी ताडून पाहणे गरजेचे ठरते. असे केल्यामुळे नवीन गोष्टींबाबतचा दृष्टिकोन तयार होऊन त्या परिणामकारकतेने आत्मसात करता येतील.

'गुणवत्ता मंडळाच्या' मूळ संकल्पनेत आपल्या परिस्थितीला उपयुक्त ठरतील असे दोन महत्त्वाचे बदल व्हायला हवेत असे वाटते. त्यातील पहिला म्हणजे, ज्या संस्थेत ही चळवळ राबवायची आहे, तेथील सर्वच कर्मचाऱ्यांना प्रशिक्षण देणे खूपच गरजेचे आहे आणि त्यातही संघनेतृत्व आणि संघभावना अधिक मजबूत होतील, दीर्घकाळ टिकून राहतील अशा कल्पक प्रोत्साहनाची गरज आहे. आपल्या परिस्थितीत प्रभावी ठरू शकतील अशा बक्षिसांच्या कल्पक पद्धती चळवळीतील सातत्य आणि दीर्घकालीनता टिकवण्यास उपयुक्त ठरतील. यासाठी संस्थेत लोकप्रिय असणाऱ्या इतर योजनांची गुणवत्ता मंडळाशी योग्य सांगड घालणे जरुरीचे आहे. हे सर्वसाधारण बदल असले तरी प्रत्येक संस्थेची संस्कृती वेगळी असते. त्यामुळे त्याचा अभ्यास करून मूळ संकल्पनेत काही बदल करून या चळवळीचा प्रभावी प्रयोग करता येणे शक्य आहे.

❐❐

११

गुणवत्ता - एक संकल्पना

गुणवत्ता ही फक्त आपल्या उत्पादन अथवा सेवा ह्या पुरतीच मर्यादित नाही. गुणवत्तेची व्याप्ती आपल्या प्रत्येकाच्या जीवनातील प्रत्येक हालचालीलाही स्पर्श करून जाणारी आहे. पूर्वेकडील देशातील महात्म्यांनी ही संकल्पना आपल्या आध्यात्मिक विकासासाठी उपयोगात आणली तर पश्चिमेकडील लोकांनी आपल्या भौतिक विकासासाठी तिचा वापर केला. पुढे ती लाट पूर्वेलाही आली आणि जपानसारख्या देशांनी तिचा जादुई विकास करून जपान म्हणजेच गुणवत्ता हे समीकरण निर्माण केले. याच प्रवाहाच्या लाटेतून भारत जात आहे. भारतात गुणवत्ता ही स्पर्धात्मक परिक्षेतच राहिलेली नाही तर आपल्या प्रत्येक व्यवसायात ती प्रवेशाचा परवाना (व्हिसा) बनलेली आहे. त्यामुळे आज आपल्या जीवनाच्या कोणत्याही अंगाचा विकास घडवायचा असेल तर गुणवत्तेला पर्यायच राहिला नाही. इतक्या महत्त्वाच्या संकल्पनेबद्दल आपण थोडा मूलभूत विचार करू या!

गुणवत्ता ही सौंदर्यासारखीच आहे. तिची नेमकी व्याख्या करणे केवळ अशक्य आहे. सौदर्य जसे बघणाऱ्याच्या डोळ्यांत असते त्याचप्रमाणे गुणवत्ता ही ग्राहकाच्या, वस्तू वा सेवेचा उपयोग करणाऱ्याच्या मनात असते. परंतु ज्या गोष्टीची नेमकी व्याख्या करता आली नाही त्या गोष्टीची निर्मिती आपण कशी करणार? तेव्हा सर्वसामान्यांना पटेल अशी गुणवत्तेची सर्वसाधारण व्याख्या आपण करण्याचा प्रयत्न करू या.

मागील महिन्यातच सौभाग्यवतींच्या साडी खरेदीसाठी बाजारात गेलो होतो. या बसा वगैरे उपचार संपल्यावर पुढील पाच ते दहा मिनिटात शंभर एक साड्यांचा ढीग समोर लागला. साड्या बघत असताना त्यातील विविधते बरोबरच उत्पादनातील काही दोष नजरेस भरले. साधारणतः वीस एक मिनिटात सौभाग्यवतीच्या चेहऱ्यावरचा राग, निराशा आणि त्रागा लक्षात आला आणि लगेचच आम्ही साडी खरेदी न करताच दुकानाच्या बाहेर पडलो. लक्षात घ्या ह्या व्यवहारात नेमकी काय चूक झाली? आणि या पासून काय शिकायचे ? या घटनेवरून गुणवत्तेबद्दलचे खालील मुद्दे पुढे येतात.

मुद्दा नं. १ : जर विक्रेत्यानी आमच्या अपेक्षेबद्दलचे काही नेमके प्रश्न आम्हाला विचारले असते, तर हा व्यवहार जास्त सुलभ झाला असता. जसे साडी साधी नेहमीच्या वापरासाठी हवी की समारंभासाठी? कुठल्या रंगाची हवी? पोत कसा हवाय? साडी

कुठल्या प्रकारची हवी? साधारणतः काय किमतीची हवी ? इत्यादी.

मुद्दा नं. २ : दुकानाच्या मालकाने विक्रेत्याला गुणवत्तेसंबंधी थोडे प्रशिक्षण दिले असते तर त्याने सदोष माल नेहमीच्या विक्रीच्या मालात ठेवला नसता. गिऱ्हाइकाशी कसे वागायचे, त्यांना कोणते प्रश्न विचारायला हवेत हे त्याला कळले असते.

मुद्दा नं. ३ : दुकानाच्या मालकाला व विक्रेत्याला हे लक्षात यायला हवे होते की, ग्राहकाच्या गरजा लक्षात घेऊन त्यांना नेहमीच निर्दोष मालच दाखवला जायला हवा. ही गोष्ट दुकानात एक कार्यपध्दत म्हणून वापरली जायला हवी.

मुद्दा नं. ४ : ग्राहकानेही खरेदीला जातांना आपल्याला नेमके काय हवे आहे याचा खरेदीपूर्वी विचार करायला हवा आणि ते विक्रेत्याला कळेल अशा सोप्या भाषेत सांगायला हवे. अर्थातच प्रत्येक चुकीची किंमत ही मोजावीच लागते. ह्या व्यवहारात दोघांचाही वेळ आणि त्यासाठी घेतलेले प्रयत्न ही ती किंमत आहे. दुकानदाराने एका विक्रीची संधी तर घालवली पण ह्या ग्राहकांमुळे येणाऱ्या पुढील ग्राहकांना माल विकण्याची संधी दवडली.

गुणवत्तेची परिपूर्णता खालील चार गोष्टीत होते असे गुणवत्तेच्या महान गुरूंनी दाखवून दिले आहे. परिपूर्णता म्हणजे ज्या संकल्पना मूलभूत आहेत, कोणत्याही प्रसंगात लागू पडतील अशा आणि त्यांच्या आधाराने आपण गुणवत्तेचे मूल्यांकन करू शकतो अशा आहेत. प्रत्येक गोष्ट आपण घोकून पाठ करून वापरायची गरज नाही तर एक सर्वसाधारण ढाचा आपल्या लक्षात यायला हवा. तो आपल्या पुढील व्यवहारात आपल्याला उपयोगी पडू शकेल.

पहिली परिपूर्णता : अपेक्षांची पूर्ती

गुणवत्तेची व्याख्या ग्राहकांच्या अपेक्षांची पूर्ती. वरवर जरी ही काल्पनिक, आत्मनिष्ठ वाटली तरी ती सत्य वस्तुनिष्ठ कशी करता येईल हे आपण पाहू.

माझ्या आईवडिलांनी माझ्या लहानपणी मला हातातले घड्याळ घेऊन द्यायचे ठरवले. ही माझ्या आयुष्यातली पहिली मोठी खरेदी होती. माझ्या आणि आईवडिलांमध्ये चांगले घड्याळ म्हणजे काय याबद्दल थोडा वादच निर्माण झाला. त्यांचा जोर टिकाऊपणा, अचूकता आणि किंमत यावर होता, तर मला हवे होते तारीख, वेळ दाखवणारे सुबक असे घड्याळ. मग मला किंमतीची फारशी फिकीर नव्हती.

दुसरे उदाहरण पाहू. चप्पल वा बूट विकत घेताना काही जणांना आकर्षक, वेगवेगळ्या प्रकारची चप्पल वा बूट घ्यायला आवडतात. त्यांना एकच एक गोष्ट बरेच दिवस वापरायला आवडत नाही. त्यामुळे टिकाऊपणाबद्दल त्यांच्या विशेष अपेक्षा नसतात. याउलट काही जणांना टिकाऊ पण स्वस्त वस्तू हव्या असतात. मग त्या दिसायला फारशा सुंदर नसतील तरी चालते.

आपण बाजारातून एखादी गोष्ट विकत घेतल्यावर मनाला हुरहुर लागून राहाते की आपली खरेदी बरोबर झाली ना? आपण घेतलेला माल चांगला निघेल ना? माल आपल्याला वाजवीपेक्षा महाग तर नाही ना पडला? याहून स्वस्तातला माल घेतला असता तर तो खराब निघणार नाही कशावरून ?

मालाचा दर्जा म्हणजे काय याबद्दल असे बरेच प्रश्न असले तरी एक मात्र आपल्याला म्हणता येईल की माल घेणारी व्यक्ती त्या मालाबद्दल काहीतरी अपेक्षा करीत असते. कोणत्या वस्तूची गुणवत्ता व दर्जा योग्य आहे हे ठरविण्याचा अधिकार माल घेणाऱ्याला असतो. माल वापरणारा समाधानी असेल तरच त्या मालाचा दर्जा योग्य आहे असे म्हटले जाईल. गिऱ्हाईकाला खरेदीतून समाधान मिळाले म्हणजेच तो आपल्याला मिळालेली वस्तू दर्जेदार आहे असे म्हणेल. ''गिऱ्हाईकाच्या अपेक्षा पूर्ण करणारा माल किंवा सेवा म्हणजेच गिऱ्हाईकाच्या दृष्टीने दर्जेदार माल किंवा सेवा होय''

गुणवत्ता ही अपघाताने न ठरवता निवडीने ठरवायची असल्यास संबंधित सर्वांना मान्य होईल अशी व्याख्या आपल्याला करता आली पाहिजे. म्हणजेच आपण वैयक्तिक (आत्मनिष्ठ) व्याख्येकडून वस्तुनिष्ठ किंवा नेमक्या व्याख्येकडे गेले पाहिजे. म्हणजेच सर्वांना अपेक्षित असलेला सारखेपणा व्याख्येत असायला हवा.

अपेक्षा म्हणजे काय?

अपेक्षा म्हणजे वस्तूचे विशेष गुणधर्म वा लक्षण की त्यावरून वस्तू, सेवा किवा कृती यांचे वर्णन करता येईल. घड्याळातील उदाहरणावरून अपेक्षा म्हणजे टिकाऊपणा, अचूकपणा, सौदर्य आणि अधिक काही गोष्टी इ. म्हणजेच प्रत्येक गोष्ट अपेक्षेप्रमाणे मिळणे हीच गुणवत्ता वा दर्जा. अपेक्षापूर्ती नसेल तर दर्जा नाही. ह्यात कुठेही असंदिंधता नाही. यात उत्तम, छान, बरी, चालेल, वाईट ह्या गोष्टीची स्पष्टता येते. मतभेदाला जागा राहात नाही.

दुसरी परिपूर्णता प्रतिबंध :

आठवते आहे का ? प्रत्येक परीक्षेच्यावेळी आपल्या मनात खूपच गोंधळ निर्माण होतो. खूपच असहाय्यता वाटते आणि आपण ठरवतो पुढील परीक्षेच्यावेळी असे होता कामा नये. पण पुढील प्रत्येक परीक्षेच्यावेळी असेच होते. अशीच परिस्थिती वैयक्तिक वा व्यावसायिक आयुष्यातील बहुतांशी घटनामध्ये होत असते.

आपणातील बहुतेकजण आधी काम करत असतो आणि नंतर त्याच्या परिणामांचा विचार करतो. पण हे टाळायचे असेल, बदलायचे असेल तर आपल्याला प्रतिबंधात्मक उपायांचा विचार करायला हवा.

प्रतिबंध म्हणजे काय ?

प्रतिबंध हा प्रत्येक माणसागणिक बदलतो. संगीतकार किंवा नर्तिका यांना प्रतिबंध म्हणजे तासनतास केलेली सवय. उच्चप्रतीच्या खेळाडूला शारीरिक तंदुरूस्ती, शिक्षकाला आपल्या विषयाची तयारी, गुणवत्ता हवी असेल तर दोषांचे प्रमाण कमी व्हायला हवे. दोष तयार होणार आहेत ह्याचा अंदाज घेऊन त्यावर उपाय योजना करावयास हवी. प्रतिबंध रहस्य म्हणजे आपण काय करणार आहोत ह्याचा आधीच विचार करणे, चुका किंवा दोष कोठे होण्याची शक्यता आहे अशा जागा शोधणे त्या टाळण्यासाठी उपाय योजना करणे. आपण वापरीत असलेले वाहन रस्त्यात बंद पडू नये असे वाटत असेल तर ते बंद पडेपर्यंत थांबण्यापेक्षा त्याची नियमितपणे आगाऊ केलेली देखभाल म्हणजे प्रतिबंध होय. गुन्हेगाराला शिक्षा करण्यापेक्षा, गुन्हेगारीला आळा घालणे हे सरकारचे काम आहे. आजारपणाला प्रतिबंध घालायचा असेल तर नियमित व्यायाम आणि योग्य आहार ह्या गोष्टी हव्यातच.

गुणवत्ता हवी असेल तर कमतरतांना किंवा दोषांना प्रतिबंध घालायला हवाच.

तिसरी परिपूर्णता : शून्य दोष हेच परिमाण.

मी गुणवत्ता क्षेत्रात जेव्हा काम करू लागलो तेव्हा शून्य दोष ही संकल्पना मला भाबडी, अशक्यकोटीतली वाटली होती. परंतु आता अनुभवावरून शून्य दोष ही एक मनोवृत्ती आहे असे वाटायला लागले आहे. 'चलता है' ही वृत्ती सोडून आपल्या प्रत्येक गोष्टीत अचूकता कशी आणता येईल हा विचार या मनोवृत्तीतच आहे. एखादी चूक वा दोष लक्षात आला की त्याची पुनरावृत्ती होऊ देता कामा नये ही ती विचारसरणी. दोष किंवा चूक झाली तर नुसताच पश्चात्ताप करण्यापेक्षा ती परत होणार नाही ह्याची प्रामाणिक काळजी घ्यायला हवी. चुकीकडे सुधारण्याची संधी म्हणून बघायला हवे. आपापसातील करायची पहिल्यांदा आणि प्रत्येकवेळी प्रामाणिक अंबलबजावणी म्हणजे शून्य दोष असे मला वाटते. ही व्याख्या केल्यावर शून्य दोष पद्धत माझ्या आवाक्यात आली. मी माझी मुलाखतीची वेळ कधीही टाळली नाही मग ती मिटिंग असो, एखादे स्नेहसंमेलन अथवा मित्राला भेटणे असो. माझी प्रवासाची गाडी, रेल्वे किंवा विमान कधीही चुकले नाही किंवा ते गाठण्यासाठी मला माझी दुचाकी अनिर्बंध वेगाने अथवा घाईगर्दीने दामटावी लागली नाही.

चौथी परिपूर्णता : चुकीबद्दल मोजावी लागणारी किंमत .

वरील एक उदाहरण परिणामांच्या दृष्टीने परत पाहू. आपल्या वाहनाची योग्य काळजी घेतली नाही तर काय होते? प्रतिबंधात्मक उपाययोजना केली नाही तर कोणती किंमत मोजावी लागते ? वाहनाच्या दुरूस्तीचा खर्च होतोच पण वाहन वर्कशॉपपर्यंत बांधून न्यावे लागते. वेळ न पाळली गेल्यामुळे संबंधितांची क्षमा मागावी लागते. वेळ वाया

जाऊन प्रचंड मनस्ताप सहन करावा लागतो. नियमित व्यायाम योग्य आहार, शिस्तशीर आयुष्य न जगल्यास आजारपण आणि दवाखाना, रूग्णालये यांचा खर्च ही किंमत मोजावी लागतेच ना ? दैनंदिन आयुष्यात साध्या साध्या गोष्टी जर नीट केल्या नाहीत तर त्याची किंमत आपल्याला मोजावी लागते. जसे बील नीट केले नाही, रिपोर्ट नीट लिहिला नाही, फाईलीत कागदपत्रे नीट ठेवली नाहीत, नेहमी लागणारे पेन, रूमाल, चाव्या पाकीट आणि पास व्यवस्थित ठेवला नाही तर त्याची किंमत आपल्याला मोजावी लागते. हा मनस्ताप आणि गोंधळ आपण प्रत्येक गोष्ट पहिल्यांदा आणि नेहमीच योग्य काळजी घेऊन टाळू शकतो. परिणामांची किंमत लक्षात घेऊन योग्य उपाय योजना करू शकतो.

गुणवत्ता आणि दर्जा यांचा सामना करताना अनुभवावरून माझी खात्री झाली आहे की गुणवत्ता ही अमलात आणता येणारी, मोजता येणारी आणि फायद्याची गोष्ट आहे. ही प्रयत्नांती सहज साध्य होणारी आणि खूप खूप समाधान देऊन जाणारी गोष्ट आहे. फक्त त्यासाठी वचनबद्धता आणि कष्ट घेण्याची तयारी असायला हवी. त्यासाठी योग्य मनोवृत्ती तयार करायला हवी. अमेरिकन लोकांची विचारधारा आणि जपानी लोकांचे कष्ट आणि कृतिशीलता यामुळे गुणवत्तेला एक आगळेच महत्व प्राप्त झाले आहे.

□□

१२

कायझेन - सतत सुधारणा

जपानी व्यवस्थापनातील एकच अतिशय महत्त्वाची संकल्पना कोणती? या प्रश्नाचे उत्तर सर्वजण एकमुखाने 'कायझेन' असेच देतील. जपानने जगात सर्वांपुढे जे स्पर्धात्मक आव्हान ठेवले आहे त्याचे सारे श्रेय त्यांच्या 'कायझेन' या कार्यपद्धतीला जाते. 'कायझेन' ही जपानने जगाला दिलेली अमोल देणगी आहे. 'कायझेन' म्हणजे सुधारणा, सतत सुधारणा; मग ती वैयक्तिक आयुष्यातील असो, सामाजिक आयुष्यातील असो किंवा औद्योगिक अगर व्यावसायिक आयुष्यातील असो. या प्रत्येक ठिकाणी अगदी प्रत्येक व्यक्तीच्या सहभागाने म्हणजे कंपनीच्या अध्यक्षापासून तो दारावरील सुरक्षा कर्मचाऱ्यांपर्यंत प्रत्येक व्यक्तीचा सहभाग त्यात यायला हवा. व्यवस्थापन आणि कामगार यात 'कायझेन'बद्दल जागरूकता वाढविण्यासाठी जपानमध्ये अनेक कार्यपद्धती विकसित केल्या गेल्या आहेत. पाश्चिमात्य आणि पौर्वात्य संस्कृतीतला फरक समजावून घेताना 'कायझेन' ही संकल्पना महत्त्वाची ठरते. मला जपानी आणि पाश्चात्त्य व्यवसायातील फरक सांगा असे विचारले, तर मी जपानने विकसित केलेल्या 'कायझेन'च्या कार्यपद्धती, त्यांची परिणामकता आणि प्रक्रिया-प्रधान कार्यपद्धती यांस देईन.

सुधारणा करण्याचे दोन मार्ग आहेत: एक म्हणजे मोठे शोध लावून सध्याच्या परिस्थितीत मोठे बदल घडवून आणणे आणि दुसरी म्हणजे सध्याच्या परिस्थितीत सतत लहान लहान बदल करीत अव्याहत सुधारणा करीत राहाणे. जपानी लोकांनी दुसरा मार्ग अत्यंत प्रभावीपणे वापरला. त्यामुळेच त्यांना जगात स्पर्धात्मक आव्हान उभे करता आले. उत्पादकता वाढविणाऱ्या सर्व जपानी कार्यपद्धती जसे की संपूर्ण गुणवत्ता नियंत्रण, क्वालिटी सर्कल, सजेशन स्कीम, टी.पी.एम. कानबान इत्यादी. या सर्व एकाच संकल्पनेत बांधता येतील आणि ती म्हणजे कायझेन. 'कायझेन'चा संदेश आहे की आपल्या कामात असा एकही दिवस जाता उपयोगाचा नाही, की त्या दिवशी आपण कोठेही, काहीही सुधारणा केली नाही. यामुळेच जपानी उद्योगात योग्य प्रक्रियेला महत्त्व देणारी विचारधारा तयार झाली आहे आणि त्यातूनच शिस्त, वेळेचे महत्त्व, कौशल्यनिर्मिती झाली आहे.

'कायझेन' ची सुरुवात

कोणत्याही कामात सुधारणा करण्याची पहिली पायरी म्हणजे आपण करीत

असलेले काम नीट समजावून घेणे. कामात कोणत्या गोष्टी वाया जातात त्या शोधणे, त्यावर विचार करणे. अनावश्यक बाबी, हालचाली करण्याचे टाळून कामासाठी आवश्यक तेवढ्याच गोष्टी करण्याचे उद्दिष्ट ठेवा. अशाने उत्पादनाची खालील उद्दिष्टे गाठता येतील:

- उत्पादनाचा दर्जा आणि कार्यक्षमता उच्च ठेवणे.
- कमीत कमी 'इन्व्हेंटरी' ठेवणे.
- कामातला कठीण भाग कमी करणे.
- योग्य टूल्स आणि अवजारे वापरणे.
- प्रश्न विचारणे. मन खुले ठेवणे. (व्यापक दृष्टिकोन)
- सतत सुधारणा करणे.
- सर्व कामात वाया जाणाऱ्या गोष्टींचा शोध घेणे.

'कायझेन'चा मुख्य उद्देश काम करणाऱ्यांना विचारी बनवणे हा आहे. आपल्या दैनंदिन कामात सतत सुधारणा करणे हा आहे. त्यांच्या या नवीन मनोवृत्तीमुळे कार्यपद्धती, यंत्रे, इतर साधनसामग्री, परस्परसंबंध आणि एकूणच सर्व परिस्थितीतच विधायक सुधारणा होऊ लागतात.

सूचना योजना

सूचना योजना हा वैयक्तिक 'कायझेन'चा अविभाज्य घटक आहे. व्यवस्थापनाने सूचना योजना अर्थपूर्ण आणि उत्साहवर्धक करायला हवी. कामगारांच्या अपेक्षेप्रमाणे आणि व्यवस्थापनाच्या गरजेप्रमाणे त्यात सतत बदल करावयास हवेत. खालील विषयांवर सूचना देता येतात:

- स्वतःच्या कामात सुधारणा.
- कच्चा माल, ऊर्जा आणि इतर सामग्रीत बचत.
- मशीन व कार्यपद्धतीत सुधारणा.
- 'टूल्स' आणि जीग्ज, फिक्चरमध्ये सुधारणा.
- कार्यालयीन कामात सुधारणा.
- उत्पादनाच्या दर्जात सुधारणा.
- नवीन उत्पादनाबद्दल कल्पना.
- ग्राहक सेवा आणि संबंध.

कायझेन करताना लक्षात घ्यायचे काही मूलभूत नियम

- बदलांसाठी मन खुले असू द्या.
- सकारात्मक दृष्टिकोन ठेवा.

- व्यक्त न केलेला विरोध लक्षात घ्या.
- कुणालाही दोष न देणारे वातावरण निर्माण करा.
- परस्परांबद्दल आदरभाव ठेवा.
- इतरांनी आपल्याला जसे वागवावे असे वाटते, तसेच इतरांशी वागा.
- बधिरता टाळा, उत्साही रहा.
- विचारांची प्रक्रिया समजून घ्या.
- पैशाची किंवा साधनसामग्रीची मोठी गुंतवणूक नको.

'पाच एस'

आपले घर, आपली प्रार्थनेची जागा अतिशय स्वच्छ असावी असे कोणाला वाटत नाही? ते स्वच्छ आणि सुंदर ठेवण्याचा आटोकाट प्रयत्न आपण नेहमीच करीत असतो. मग आपण काम करतो ती जागा स्वच्छ आणि नीटनेटकी का नको? खरं तर आपली कामाची जागा हीच तर देवपूजेची जागा आहे. हेच सर्वसामान्य ज्ञान जपानी लोकांनी 'पाच एस' या कार्यपद्धतीत सूत्रबद्ध केले आहे. मराठी जवळच्या भाषांतरासहित ते 'पाच स' असे:

१.	सेरी	–	Sorting	–	वर्गीकरण
२.	सेईटॉन	–	Systematising	–	सुव्यवस्था
३.	सेईसो	–	Shining	–	शुचिता
४.	सेईकेत्सु	–	Standardisation	–	प्रमाणीकरण
५.	सितसुके	–	Self-discipline	–	स्वयंअनुशासन

'पाच एस' ही सर्वसाधारण सुधारणांसाठी मूलभूत गरज आहे. ही शिस्त कायझेनच्या माध्यमातून अंगवळणी पाडता येते आणि सततच्या सुधारणांमधून मूलभूत गोष्ट आचरणात आणता येते. त्यामुळे कायझेनचे सातत्य टिकवून धरणे सोपे होते.

समस्या सोडविण्याचा दृष्टिकोन

कायझेनची सुरुवातच समस्येपासून, जास्त मोजक समस्या ओळखण्यापासून तिच्या जाणिवेतूनच होते. जिथे समस्याच नाही तिथे सुधारणेला वावच नाही. कोणत्याही गोष्टीतील असुविधा म्हणजेच समस्या. समस्या तशीच पुढे ढकलण्यापेक्षा आपणच ती सोडवावी ही वृत्ती कायझेनला पोषक आहे. आपली पुढची प्रक्रिया म्हणजे आपला ग्राहक. त्याला संतुष्ट ठेवणे हे आपले आद्यकर्तव्य आहे, असे मानले तर त्यातून अनेक कायझेन तयार होऊ शकतील. समस्या आपल्यापासून निर्माण झाली ही भावना प्रत्येकाला

नको असते. त्यामुळे ती पुढे ढकलण्याकडे बहुतेकांचा कल असतो. कायझेन यालाच आव्हान करून त्या समस्या आपणच सोडवाव्यात यासाठी 'आवाहन' करते. सकारात्मक दृष्टिकोनामुळे अनेक समस्यांचे रूपांतर संधीत होऊन सुधारणा घडतात. जिथे समस्या आहेत तिथे सुधारणांस वाव आहे, ही मनोवृत्ती तयार होते. दुसऱ्यापेक्षा सरस ठरण्याच्या भावनेतूनच असहकाराचा जन्म होतो. कायझेनमुळे या मनोवृत्तीत बदल होतो आणि सहकार वाढतो. व्यवस्थापनाने सुधारणा ही सर्वांचीच जबाबदारी नव्हे, नैतिक कर्तव्य आहे ही भावना आणि त्यासाठी योग्य वातावरण निर्मिती करायला हवी. आपण काम करीत असलेल्या संस्थेची प्रगती झाली तरच आपलीही प्रगती होईल ही भावना सर्वांमध्ये उत्पन्न करायला हवी. त्यातूनच अनेक उपयुक्त समस्या आणि त्यासाठी उपयोगी पडणारी 'कायझेन' पुढे येतील.

उत्पादकता

आता हे स्पष्ट होऊ लागले आहे, की व्यवस्थापनाने आणलेली विविध तंत्रे जर कामगारांनी उत्साहाने आणि योग्य पद्धतीने कामात वापरली, तरच त्यातून संस्थेची उत्पादकता वाढणार आहे. उत्पादकता वाढली तरच प्रगती, विकास होणार आहे. उत्पादकता वाढविणे हेच तर व्यवस्थापन आणि कामगार यांच्यापुढे असलेले महत्त्वाचे आव्हान आहे. योग्य संवाद साधला गेला तरच हे शक्य आहे. कायझेन चळवळीच्या वापराने हा मार्ग अधिक सुलभ होतो.

निष्कर्ष

आपले काम	**हे परिणाम साधा**
– सोपे करताना	
– अचूक करताना	वाया जाण्याचे प्रमाण कमी करणे
– जलद करताना	अपूर्णता कमी करणे
– कमी खर्चीक करताना	कमतरता कमी करणे
– जास्त सुरक्षित करताना	योग्य कार्यपद्धतीचा वापर करणे
– ग्राहकांना आनंद देणारे करताना	

आपला देश प्रचंड मोठ्या बदलातून जातो आहे. गुणवत्ता, उत्कृष्टता आणि उत्पादकतेची संस्कृती तयार होऊ पाहाते आहे. जागतिक आव्हानांना तोंड देण्यासाठी आणि आपले अस्तित्व परिणामकारक करण्यासाठी आपण सर्वांनीच (कोणीही अपवाद नाही) प्रत्येक दिवशी, प्रत्येक क्षणाला सतत सुधारणेत (कायझेन) गुंतवून घ्यायला हवे. या संकल्पनेमुळेच जपान जागतिक स्पर्धा उत्पन्न करू शकला आहे.

□□

१३

कल्पनांची निर्मिती

आपला शैक्षणिक, सामाजिक अथवा कामातील स्तर कोणताही का असेना, आपले वय आणि आपल्याला असलेला अनुभव कितीही का असेना, आपल्यातील प्रत्येकाला कल्पकतेची देणगी नक्कीच लाभलेली असते. कारण मानव व इतर प्राणी यांना वेगळे करणारी ही ईश्वरीय देणगी आहे. तिचे प्रकटीकरण, तिचा स्तर कदाचित वेगवेगळा असू शकतो. पण तिचे वरदान मात्र सर्वांनाच मिळालेले आहे.

आपण आपले जीवन जगताना अनेक व्यवहार करीत असतो. नागरी आणि सामाजिक जीवनातील विविध कार्यपद्धतींची आणि आपली भेट सतत होतच असते, सारखा संपर्क येतच असतो. अनेक सोईंबरोबरच अनेक गैरसोईंचा, असुविधांचाही सामना आपल्याला करावाच लागतो. व्यवस्थेतल्या, कार्य-पद्धतीतल्या या गैरसोयी अनेकदा आपल्याला खटकत असतात. त्याचबरोबर त्या दूर करण्याच्या अनेक चांगल्या कल्पनाही आपल्या डोक्यात चमकून जातात. आपला विचार आपण थोडा ताणला तर या कल्पना आपल्या डोक्यात का येतात, का निर्माण होतात, हे ही लक्षात येईल.

१. असमाधान-सतत सुधारणेची प्रवृत्ती

माणसाचा मूळ स्वभाव तसा असमाधानीच. आहे त्या परिस्थितीत समाधान मानणारे महात्मे तसे कमीच. या स्वभावामुळे तो सतत काहीतरी नावीन्याच्या शोधात असतो. पूर्वी माणूस एका ठिकाणाहून दुसरीकडे जाण्यासाठी बहुधा फक्त पायांचाच वापर करीत असे. मग त्यासाठी त्याने घोडा, गाढव अशा प्राण्यांचा वापर सुरू केला. त्यातील असमाधानामुळे त्याने सायकल, स्कूटर अशा वाहनांची निर्मिती केली. त्यात सुधारणा होऊन कार, विमान आले. पण समाधान मात्र आले नाही. पुढील असमाधानातून रॉकेट निर्माण झाले, आणि आता तर तो प्रकाशाच्या वेगाने धावणाऱ्या वाहनांची स्वप्ने पाहू लागला आहे. हे सततचे असमाधानच त्याला सतत नवनवीन कल्पनांचा शोध घ्यायला भाग पाडते.

२. आदर्श परिस्थितीचा अभाव

एखाद्या उत्पादनाची किंवा कार्यपद्धतीची निर्मिती होते, तेव्हा काही विशिष्ट गृहीतांवर

आधारित परिस्थितीतच त्यांचा वापर होईल असा सर्वसाधारण विचार केलेला असतो. परंतु प्रत्यक्षात या उत्पादनांचा अथवा कार्यपद्धतींचा जेव्हा वापर सुरू होतो त्यावेळच्या परिस्थितीत कालानुरूप बदल झालेले असतात. त्यामुळे आदर्श परिस्थिती आणि सध्याची प्रत्यक्ष परिस्थिती यातील तफावत भरून काढण्याची गरज निर्माण होते. ही परिस्थिती माणसाच्या कल्पकतेला खुणावते, आव्हान देते. त्यातूनच नवनवीन कल्पना पुढे होतात.

३. माणसाच्या मेंदूची अमर्याद क्षमता

न्यूटन, आइनस्टाईन या सारख्या संशोधकांनी म्हटलं होतं की आम्ही आमच्या मेंदूच्या क्षमतेच्या अगदी थोड्याच भागाचा उपयोग करू शकलो. तेव्हा आपण सर्वसाधारण माणसे या क्षमतेचा कितीसा उपयोग करीत असू? आपल्या मेंदूची प्रचंड कार्यक्षमता आणि तुलनेने त्याचा कमी होणारा वापर अस्वस्थता निर्माण करतो. तो माणसाला आपल्या कामाबरोबर अनेक क्षेत्रांबद्दल विचार करायला प्रवृत्त करतो. यातूनच अनेक नवीन कल्पना जन्म घेतात. वस्तूंवर काही प्रक्रिया करणारी माणसे, त्यासाठी वापरलेल्या धातूचा, त्याच्या आकाराचा आणि त्या वस्तूच्या रचनेचा पण विचार करीत असतात, करू लागतात. त्या वस्तूंच्या वापरातील त्रुटींचाही विचार होतो. त्यामुळेच त्यात बदल करावा, सुधारणा कराव्यात असे त्याला वाटू लागते. यातूनच नवनवीन कल्पनांचा उदय होऊ लागतो.

४. टीका

कोणत्याही प्रकारची वस्तू अथवा कार्यपद्धती माणसासमोर येते तेव्हा अगदी सहजपणे त्यातील कमतरता किंवा दोष त्याच्या पटकन लक्षात येतात. त्यावर तो टीका – टिप्पणी करतो. हे खूपच सहजपणे होत असते. उदा. सचिनने तो चेंडू तसा मारायला नको होता नाहीतर त्याचे शतक नक्कीच झाले असते. गोवारीकरांनी 'लगान'मध्ये या गोष्टी टाळल्या असत्या तर लगानला ऑस्कर नक्कीच मिळाले असते. इ. इ. परंतु या टीकेचे विधायक रूप नवनवीन सुधारणा घडविते, अनेक सुंदर कल्पना तयार करते.

५. संपूर्ण सहभाग

आपण जेव्हा एखाद्या कारखान्यात, कार्यालयात किंवा विशिष्ट वातावरणात वावरत असतो तेव्हा आपण आपल्याला त्यापासून फार काळ वेगळे अथवा तटस्थ ठेवू शकत नाही. आपोआपच या गोष्टींबद्दल आपल्याला आपुलकी आणि प्रेम निर्माण होऊ लागते. या संपूर्ण वातावरणाचा आपण एक भागच बनून जातो. मग कारखान्यातील वाया जाणाऱ्या गोष्टी, कार्यालयातील कमतरता, महापालिकेच्या रस्त्यावरील खड्डे, संबंधितांची

अरेरावी, उधळपट्टी, येथे अस्वच्छता निर्माण करणारे लोक याकडे आपले लक्ष वेधले जाते. मला काय त्याचे? या विचारापासून दूर होत, या बाबतीत माझीही काही कर्तव्ये आहेत याकडे आपला प्रवास सुरू होतो. त्यातूनच या गोष्टी बदलण्यासाठी, सुधारण्यासाठी अनेक नवनवीन कल्पना आपल्या डोक्यात येत राहतात.

अशाप्रकारे सर्वसाधारणपणे, स्वाभाविकपणे आपल्या सर्वांकडून प्रचंड कल्पनांची निर्मिती होत असूनसुद्धा त्यासाठी योग्य व्यासपीठ न मिळाल्यामुळे अनेक मौल्यवान कल्पना हवेतच विरून जातात. वर्तमानपत्रातील वाचकांचे पत्रव्यवहार, कार्यालयातील अथवा कारखान्यातील 'सूचना पेटी' या व्यासपीठामुळेच अशा कल्पनांना मूर्त रूप देऊन उज्ज्वल भवितव्यासाठी आपण आपला खारीचा वाटा नक्कीच उचलू शकतो. आपण थोडे कष्ट घेतले तर अनेक लोकांच्या प्रामाणिक सहभागातून प्रचंड विधायक शक्ती उभी राहू शकते.

□□

१४

कल्पनांचे व्यवस्थापन

'कल्पकता' आणि 'नवीन कार्यपद्धती' हे उद्योग आणि व्यवसाय क्षेत्रातील परवलीचे शब्द झाले आहेत. ज्या संस्थांमध्ये सर्व कामगारांची कल्पकता वापरून नवनवीन कार्यपद्धतींचा सतत वापर होतो, त्या इतर संस्थांपेक्षा खूपच आघाडीवर राहताना दिसतात. अर्थात यासाठी सर्वच कामगारांना प्रामाणिक प्रोत्साहनाची गरज असते. या प्रक्रियेत आदर्श परिस्थिती व वास्तव यात बरीच मोठी दरी असते. संस्थाचालकांनी काही विशेष पथ्य पाळल्याशिवाय ही दरी भरून काढणे जवळ जवळ अशक्यच असते.

अडचणींवर मात करणे आणि समस्या सोडविणे ही माणसाची नैसर्गिक प्रवृत्ती आहे. समस्या जेव्हा दत्त म्हणून माणसापुढे उभी राहते तेव्हा त्यातून सुटण्याचा मार्ग माणूस आपोआपच शोधून काढतो. बहुतांशी माणसाच्या या क्षमतेवरच समाजाची प्रगती अवलंबून असते. आपण तंत्रज्ञानाच्या युगात आहोत. तंत्रज्ञान म्हणजे एकत्र केलेले ज्ञान अथवा शहाणपण. ज्ञान हे माणसाच्या बुद्धिमत्तेतून निर्माण होत असते. तंत्रज्ञान हे उधार घेऊन फारसा उपयोग होत नाही. कारण त्याचा वापर शेवटी आपल्याच माणसांना करायचा असतो. तीच माणसे तंत्रज्ञानाचा वापर करून उत्पादन किंवा सेवांची निर्मिती करीत असतात. म्हणूनच या क्षेत्रात सर्वांत जास्त महत्त्व निर्मितीत गुंतलेल्या या हातांनाच असायला हवे. माणसांकडे असणारे शहाणपण जर आपण एकत्र केले तरच आपण प्रगती आणि प्रतिष्ठा प्राप्त करू शकू.

आपण आपल्या ध्येयावर लक्ष केंद्रित केल्यावरच आपल्या प्रज्ञेचा, कल्पकतेचा खरा विकास होतो. दूरदृष्टी, सारासार विवेक आणि नेमके उद्दिष्ट यांची जोड प्रज्ञेला मिळाली तरच विकासाचा राजमार्ग खुला होतो. कल्पनांची निर्मिती, नियोजन आणि व्यवस्थापन या प्रक्रियेत सहभागी असणाऱ्या सर्वांची बुद्धी आणि कौशल्ये एकत्रित केल्यास आपले दैनंदिन प्रश्न सोडविण्याचे ते एक प्रभावी माध्यम होईल. उत्पादन किंवा सेवा निर्मितीत गुंतलेल्या सर्व सहकाऱ्यांच्या सहभागातून चांगल्या आणि व्यवहार्य कल्पना निर्माण करणे व त्या कल्पनांचा व्यवहार्य उपयोग करून सतत सुधारणा करीत राहाणे, यामुळे अशा संस्थांना स्पर्धात्मक आघाडी मिळवता येते. कल्पनानिर्मितीचा आणखी एक महत्त्वाचा मानसिक फायदा असा की असा सहभाग माणसाला वैयक्तिक प्रतिष्ठा मिळवून देतो. 'उपयोग करा अथवा घालवा' हा निसर्गाचा नियम आहे. माणसाच्या

उत्पत्तीचे हे एक रहस्य आहे. आपली विचार करण्याची शक्ती जिवंत ठेवण्यासाठी कल्पनानिर्मितीचा फार मोठा फायदा आपल्याला होणार आहे.

कल्पनाशक्ती हे मानवाला मिळालेले अद्वितीय वरदान आहे. अतिशय महत्त्वाची गोष्ट अशी की ही दैवी शक्ती आपल्यातील प्रत्येकाकडे आहे. त्याला कोणीही अपवाद नाही. परंतु असे असले, तरी व्यवहारात या देणगीचा उपयोग अपवादानेच केलेला आढळतो. योग्य संधी आणि प्रोत्साहनाच्या अभावी ही जादूई शक्ती सुप्तावस्थेतच राहते. व्यवस्थापकीय कल्पकता आणि कौशल्ये वापरून काही योजना तयार केल्या तर या शक्तीला व्यवहारात आणण्याची संधी आपण उपलब्ध करून देऊ शकतो.

एका मोठ्या उद्योगात माझी नेमणूक सूचना योजनेचा प्रमुख म्हणून झाल्यावर या विषयात मला रस निर्माण झाला. या योजनेत काही महत्त्वपूर्ण बदल घडवण्याची संधी मला मिळाली. देशभर हिंडून विविध आणि उत्तम योजनांचा अभ्यास मी करू शकलो. तेव्हाच कल्पकता आणि सुधारित नवनवीन कार्यपद्धतींचा संबंध माझ्या लक्षात येऊ लागला. मी कामगारांना कल्पकतेचे प्रशिक्षण द्यायला सुरुवात केली. काही उच्च व्यवस्थापकांचे यासाठी प्रोत्साहन मिळाले. परंतु बऱ्याच जणांना या गोष्टींची खरी किंमत कळत नाही. अर्थात यात बेफिकीरी आणि अहंचा भाग मोठा असतो. या कामी लागणारी हुशारी आणि कौशल्य याचे नेमके ज्ञान होणे तसे अवघडच आहे ! पण या अनुभवामुळे मला मात्र कल्पकता, सतत सुधारणा, नवनवीन कार्यपद्धतींचा शोध आणि त्यांची अंमलबजावणी याचा चांगलाच परिचय झाला. अनोखा पण व्यवस्थापकीय कौशल्ये समृद्ध करणारा अनुभव मिळाला. हळूहळू कल्पकतेच्या गूढ आणि रहस्यमय प्रांताची ओळख मला होऊ लागली. त्यातूनच पुढे नवनवीन कार्यपद्धती कशा विकसित करायच्या, त्याची अंमलबजावणी कशी करायची, त्याचा होणारा आर्थिक फायदा कसा काढायचा, त्यांचे संपूर्ण व्यवस्थापन कसे करायचे याचाही परिचय झाला. अनेक कंपन्यांमध्ये या योजनांची सुरुवात, विस्तार आणि पुनरुज्जीवन करण्याचे समाधानही मिळाले. या चळवळीला 'क्रिएटिव्ह सर्कल' किंवा 'थिंक टँक' अशी नवीन नावे द्यायला मला आवडेल. बहुतेक कंपन्यांमध्ये कल्पनांची निर्मिती आणि त्यांची अंमलबजावणी यात मोठीच दरी दिसते, ती भरून काढणे आवश्यक आहे.

सतत सुधारणा

माणसाच्या आजच्या प्रगत आयुष्याचे संपूर्ण श्रेय तो करीत असणाऱ्या सतत सुधारणांनाच आहे. सतत सुधारणा या माणसाच्या प्रगतीच्या वाहनाची चाके आहेत. जेवढी चाकांची गती अधिक, तेवढी त्याची गाडी पुढे जाणार. जपानच्या प्रगतीचे मोठे

श्रेय सतत सुधारणा करणाऱ्या त्यांच्या 'कायझेन' या चळवळीलाच दिले तर ते वावगे होणार नाही. सतत सुधारणा करीत राहिल्याने स्पर्धेत टिकून राहता येते, वैचारिक शक्तीचा वापर करता येतो, समाधान आणि प्रोत्साहन मिळते, आपले काम सोपे, सुटसुटीत आणि सुरक्षित होते, ग्राहक सेवा सुधारते, गुणवत्ता आणि उत्पादकता वाढते, संस्थेचा सतत विकास होतो आणि जागतिक पातळीवर श्रेष्ठता प्राप्त होणे सुकर होते.

कल्पकतेचे कार्य

कल्पकतेशिवाय नवीन कार्यपद्धती आणि सतत सुधारणा अशक्य आहे आणि या शिवाय कोणतीही संस्था यशस्वी होणे असंभवच आहे. या संकल्पना सोप्या आणि व्यवहार्य शब्दात अशा मांडता येतील.

कल्पकता : ही अशी विचारपद्धती आहे की त्यामुळे आपण अनेक कल्पनांना जन्म देऊ शकतो, निर्माण करू शकतो.

नवीन कार्यपद्धती : अनेक कल्पक कल्पनांना व्यवहारात उतरवणे, सुधारणा करणे की ज्यामुळे संस्थेला अशा कल्पना अमलात आणून अधिक कार्यक्षमता गाठून संस्थेची उद्दिष्टे प्राप्त करून घेता येतात.

या अगदी साध्या आणि सोप्या व्याख्या झाल्या. या दोन्हीही गोष्टी कोणत्याही संस्थेच्या यशासाठी आवश्यक आहेत. दुसऱ्या शब्दात असे म्हणता येईल, की यश हे नेहमीच नवनव्या कल्पनांची निर्मिती आणि त्यातील निवडक कल्पनांचे व्यवहारात रूपांतर यावर अवलंबून आहे. यांच्या मदतीने आपण करीत असणारे उत्पादन अधिक देखणे, अधिक स्वस्त आणि अधिक उपयुक्त होत जाते.

कल्पकता आणि नवनवीन कल्पना बाहेरून विकत घेऊन संस्था सुधारता येतात, पण अशा उसनवारीला खूपच मर्यादा येतात. त्या खूप खर्चिक असतात आणि त्यात आपलेपणाही नसतो. त्यामुळे त्या फार काळ टिकत नाहीत. यासाठी संपूर्ण प्रक्रियेत कामगारांचा संपूर्ण सहभाग फारच महत्त्वाचा ठरतो. अर्थात या सर्व प्रक्रियांची गती थोडी धीमी असते. कामगारांचा सतत सहभाग मिळवणे हे काम खूप जिकिरीचे आणि खूप कौशल्याचेही आहे. हे एक दीर्घकालीन धोरण म्हणूनच वापरायला हवे. त्या वापरातही स्वतःची अशी कल्पकता हवीच.

व्यवस्थापनात उपयुक्त प्रक्रिया

कल्पनांच्या व्यवस्थापनात खालील प्रक्रिया उपयुक्त ठरतील:

कल्पनांची निर्मिती

या टप्प्यावर कल्पनांचा दर्जा महत्त्वाचा नाही. उद्दिष्ट गाठण्यासाठी जेवढ्या जास्त

कल्पना निर्माण होतील, त्यातूनच उत्तम कल्पनांचा शोध घेणे सोपे होईल. अव्यवहार्य कल्पनांतूनच वेगळ्या आणि व्यवहार्य कल्पनांची निर्मिती होते. कल्पना निर्मितीच्या या प्रक्रियेत संस्थेतील जेवढे जास्त सभासद सहभागी होतील तेवढ्या जास्त कल्पना आणि जास्त उत्साह निर्माण होईल.

कल्पनांचे मूल्यांकन

निर्माण झालेल्या सर्व कल्पनांचा योग्य व्यक्तीकडून अभ्यास होऊन त्यातल्या अमलात आणण्याजोग्या कल्पनांचा स्वीकार करणे हे या टप्प्यात अपेक्षित आहे.

कल्पनांचा स्वीकार

वरील प्रक्रियेत स्वीकारलेल्या कल्पना प्रत्यक्ष अमलात आणण्यासाठी काय करावे लागेल याचा अभ्यास करणे येथे अपेक्षित आहे. स्वीकारलेल्या कल्पनांच्या अंमलबजावणीची पूर्व तयारी या प्रक्रियेत व्हायला हवी.

प्रत्यक्ष अंमलबजावणी

ही प्रक्रिया सर्वांत महत्त्वाची आणि प्रत्यक्ष परिणाम देणारी आहे. स्वीकारलेल्या सर्व कल्पनांची अंमलबजावणी या प्रक्रियेत अपेक्षित आहे. अंमलबजावणीमुळेच कल्पनांचे व्यवहारात रूपांतर होते आणि त्यांचे अपेक्षित परिणामही मिळतात.

थोडक्यात, या चारही प्रक्रियांचे नियोजन करून त्यावर परिणामकारक नियंत्रण ठेवणे, संस्थेतील सुधारणा प्रक्रियेसाठी सर्वांचा सहभाग मिळवणे, त्यासाठी उत्साह वाढवणाऱ्या जरूर त्या आणि कल्पक योजना राबविणे याला 'कल्पनांचे व्यवस्थापन' असे म्हणता येईल. हे काम जरी आव्हानात्मक आणि 'थँकलेस' असले तरी व्यवस्थापकीय कौशल्ये कसास लावणारे आणि खूप समाधान देणारे आहे.

□□

१५

कल्पकता व सुधारणेतील आनंद

आपण जर विचार केला नाही तर कुत्री, मांजरे, उंदीर वा इतर प्राणी यापेक्षा आपले आयुष्य वेगळे जाणवणारे नाही. मानवजात ही इतर प्राण्यांपेक्षा शारीरिकदृष्ट्या कमकुवत व सहज हल्ला करता येईल अशी आहे. विचार करण्याची शक्ती हेच मानवजातीला मिळालेले वरदान आहे. विचारांच्या साहाय्यानेच मानव निसर्गावर नियंत्रण मिळवू शकला आहे. त्यामुळेच त्याचे आयुष्य सोईचे व आनंददायी झाले आहे.

विस्मयकारक शोध लावलेल्या शास्त्रज्ञांना, प्रतिभावंतांना आपण ओळखतो; पण अवतीभोवती आपले जीवनमान अधिक सुखकर करणाऱ्या अशा असंख्य वस्तू आहेत की ज्यांचा शोध कोणी लावला हे आपल्याला सांगता येणार नाही. अशा असंख्य लोकांच्या कल्पकतेतून आयुष्याचा उत्तमोत्तम दर्जा आपण गाठू शकलो आहोत.

आपण सूचना का देतो? सुधारणा का करतो? आपल्यात कल्पनांचा आविष्कार का होतो? सतत सुधारणा करण्यासाठी आपण का झटत असतो? या प्रश्नांची उत्तरे अगदी सरळ आहेत. आपल्या कल्पकतेचा उपयोग करून आपली कामे सोपी करणे, त्यात उत्कृष्टता साधणे हा मानवाचा स्वभावधर्म आहे. कोणत्याही प्रकारची कल्पकता न दाखविता आपण जर अंधपणे फक्त आज्ञांचे पालन करून, नियमांचे पालन करून काम करीत राहिलो, तर आपले जीवन यंत्रवत होईल, आपण यंत्रमानव बनू.

अर्थात काम करताना माणूस विचार करीत असतो हे निश्चित. काय विचार करतो? कामात या असुविधा, गैरसोई का आहेत? या गोष्टींचा अपव्यय का होतो? कामात आपण हे वेगळेपण आणले तर? आपले काम अधिक जलद कसे करता येईल? आपला ग्राहक जास्त खूष कसा होईल? काम करताना सुरक्षित कसे होईल? आपले काम कमी खर्चात कसे होईल? काम करताना अशा असंख्य कल्पना आपल्या डोक्यात थैमान घालत असतात. आपल्या या हालचाली गैरसोईच्या आहेत, यामुळे आपल्याला असुविधा निर्माण होतात, आपण असे केले तर आपले उत्पादन जास्त चांगले होणार आहे, ग्राहकाला ते आकर्षित करणार आहे, या सर्व विचारांचा परिणाम आपल्या कामावर होतो. आपण यशाकडे, उत्कृष्टतेकडे वाटचाल करू लागतो.

आपण करीत असलेले कोणतेही काम निर्दोष नाही, परिपूर्ण तर नाहीच नाही. त्यात असंख्य त्रुटी आहेत, अपूर्णता आहे. सर्व यंत्रे, साधने, परिमाणे, कार्यपद्धती व

कार्यप्रणाली या अधिकारी व्यक्तींनी निर्माण केल्या आहेत. परंतु त्यातील बहुतेकांना त्यांच्या कार्याचा प्रत्यक्ष अनुभव नाही. त्यातील असुविधांचे प्रत्यक्ष ज्ञान नाही. जी व्यक्ती या गोष्टीवर रात्रंदिवस काम करते तिचा अनुभव महत्त्वाचा आहे, मोलाचा आहे. ती व्यक्ती तुम्ही आहात. फक्त आपणच या गोष्टी स्पष्टपणे जाणता, आणि म्हणूनच या असुविधा, अडचणी आपणच उत्तमप्रकारे दूर करू शकता. सुधारणांच्या माध्यमातून या अडचणींवर उपाय आपणच शोधू शकता. सूचना योजना (सजेशन स्कीम) ही अशी यंत्रणा आहे की या यंत्रणेद्वारे आपल्या सुधारणा व्यवस्थापनापर्यंत पोहोचतात व त्यांची प्रत्यक्ष अंमलबजावणी होऊ शकते.

सुधारणा कशा करायच्या?

ज्यांनी आत्तापर्यंत एकही सुधारणा सुचवली नाही त्यांना कदाचित सूचना देणे ही गोष्ट अवघड वाटेल. खूप मोठमोठ्या सुधारणा आपल्याला पटकन आकर्षित करून घेतात आणि मग, 'नाही रे बाबा, या गोष्टी आपल्याला जमणार नाहीत', अशा निष्कर्षावर आपण येतो. पण छोट्या सुधारणा सुचविणे हे वाटते तितके अवघड नाही, फक्त त्याची सुरुवात मात्र करायला पाहिजे. आपल्याला दूरचा पल्ला गाठायचा असेल, यशाचे शिखर पादाक्रांत करायचे असेल तर त्यासाठी पहिले पाऊल उचलणे आवश्यक आहे. कोठेतरी सुरुवात करणे आवश्यक आहे. काही मूलभूत तत्त्वे माहीत करून घ्यायलाच हवीत.

आपल्या अवतीभोवती जरा नजर तर टाका. असंख्य गोष्टी आपल्याला खुणावतील, अनेक कमतरता आपल्याला जाणवतील, अनेक गोष्टी आपल्याला खटकतील. एक एक गोष्ट विचारात घ्या. सुरुवातीला वाया जाणाऱ्या गोष्टींवर लक्ष केंद्रित करा. कार्यपद्धतीतील असुविधा, ताण कमी करण्याचा प्रयत्न करा. अशा गोष्टींपासून सुरुवात केल्यास सूचना निर्मितीचा पाया मजबूत होऊ लागेल. त्यातूनच आपण यशस्वी सूचनाकर्ते होऊ शकाल. थेंबे थेंबे तळे साचे !

आता आपण करीत असणारे काम परिपूर्ण नाही. त्यात खूप अपूर्णता आहे, कमतरता आहे. आपण वापरत असणारी अवजारे, यंत्रे, जीग्ज आणि फिक्चर्स, कार्यालयीन उपकरणे उपयोगात आणणारी कार्यपद्धती जरी अतिशय हुशार माणसांनी तयार केलेली असली तरी त्यांना प्रत्यक्ष कामाचा, तुम्हाला असलेला अनुभव नाही. त्यामुळे तुम्ही तुमचा अनुभव, तुमची प्रतिभा वापरून त्यात उपयुक्त सुधारणा करू शकता. त्यात असणाऱ्या कमतरता दूर करू शकता. हे काम फक्त ही साधने वापरणारा म्हणून आपणच करू शकता आणि आपल्या कल्पकतेचा आनंद लुटू शकता.

आपण केलेल्या सुधारणांमुळे आपली कामाची जागा अधिक उत्पादक होते. आपसातील संभाषण अधिक परिणामकारक बनते. विधायक दृष्टिकोन तयार होण्यास मदत होते. कामातील आपली बांधिलकी वाढते. आपल्या बुद्धिमत्तेच्या वापराने आपण केलेल्या कामातील समाधान वाढते आणि आत्मविश्वास बळावतो.

□□

१६

कामाच्या जागेचे व्यवस्थापन : '५-स'

कामाच्या जागेचे व्यवस्थापन ही अशी संकल्पना आहे, की ती आपल्या स्वतःच्या घरापासून रस्त्यापर्यंत आणि कार्यालयापासून कार्यशाळेपर्यंत सगळीकडेच उपयुक्त ठरणारी; नव्हे मोठे स्थित्यंतर घडवून आणणारी आहे. आपण ज्या ज्या ठिकाणी काम करतो तेथे तेथे आपली कार्यक्षमता आणि प्रसन्नता वाढविणारी ही एक उत्तम चळवळ आहे. उगवत्या सूर्याचा देश 'जपान' या संकल्पनेचा जनक आहे. जपानमध्ये 'पाच एस' या संकल्पनेला फारच मोठे महत्त्व आहे. खरं तर जपानने या संकल्पनेतून स्वच्छता, शिस्त आणि वक्तशीरपणा यांची एक प्रभावी संस्कृतीच निर्माण करून जीवनाला एक आगळे परिमाणच दिले आहे. स्वतःकडे फारशी साधनसामग्री म्हणजे जमीन, तेल, खनिजे आणि जंगले, एवढेच काय पण जनतेला लागणाऱ्या अन्नधान्याचीही कमतरता असणाऱ्या या देशाने धैर्य, हिंमत आणि अविश्रांत मेहनत या जोरावर मनुष्यबळाकडून जगात सर्वांत समृद्ध आणि गुणवत्ता निर्माण करणारे राष्ट्र म्हणून मानाचे स्थान प्राप्त केले. जपानची औद्योगिक प्रगती जगाला आश्चर्यचकित करणारी आहे. त्यांचा 'रद्दी माल तयार करणारा देश' ते जगातील 'सर्वोत्तम गुणवत्ता निर्माण करणारा देश' या प्रवासात इतर गोष्टींबरोबरच 'पाच एस' या मूलभूत संकल्पनेचा सिंहाचा वाटा आहे. जपान हे आधुनिक युगातले एक आश्चर्यच म्हणावे लागेल. आज जपान जगाला उत्तम उत्पादने, सेवा आणि तंत्रज्ञान पुरवत आहे. आपल्या विविध गौरवशाली कामातून त्यांनी एक नवीन संस्कृतीच निर्माण केली आहे. आणि ती संस्कृती त्यांच्या आयुष्याचा अविभाज्य भाग आहे. या संकल्पनेची थोडक्यात पण तपशीलवार माहिती आपण या लेखात घेणार आहोत.

जपानी लोकांचे मला जाणवलेले एक वैशिष्ट्य म्हणजे आपल्याला किरकोळ वाटणाऱ्या 'सामान्य ज्ञानाचे' (Commonsense is uncommon) रूपांतर ते सहज अमलात आणता येईल अशा कार्यपद्धतीत करतात आणि मग या कार्यपद्धतीची कार्यसंस्कृती बनते. त्यामुळे काम करणारे सर्वजण एका सूत्रात बांधले जातात आणि अशक्य वाटणाऱ्या, पण कष्टसाध्य गोष्टी जादूची कांडी फिरवावी तशा घडविल्या जातात. या संकल्पनेची जपानी नावे या लेखात देण्याचा मोह आवरतो; पण आपल्याला या संकल्पना आपल्या शब्दांमध्ये समजावून घेणे जास्त महत्त्वाचे आहे. म्हणून इंग्रजी, मराठीतही सर्वसाधारण अर्थ प्रतिबिंबित करणारी 'स'नेच सुरू होणारी नावे निवडली आहेत.

१. संकलन : व्यवस्थितपणा (sorting)

नको असलेल्या सर्व वस्तू काढा. त्यांची हव्या किंवा नकोत अशी विभागणी करा. अगदीच निरूपयोगी असतील तर त्या वस्तू फेकून द्या. यामुळे कामाच्या जागेवर व्यवस्थितपणा आणि सुव्यवस्था रहाते. प्रत्येक वस्तूकडे जाणीवपूर्वक नवीन दृष्टिकोनातून पाहायला लागा आणि मग त्यांची गरज व उपयुक्तता ठरवा. ज्या वस्तू उपयोगी पडणार आहेत त्याच वस्तू कामाच्या जागी ठेवा. अन्य वस्तू दूर करा. या व्यवस्थेमुळे वस्तू शोधण्यात वाया जाणारा वेळही वाचतो आणि तुलनेने जागा मोकळी राहते.

२. सुविधा : नीटनेटकेपणा (systematising)

लागणाऱ्या सर्व वस्तू क्रमवार आणि विशिष्ट पद्धतीप्रमाणे योग्य जागी ठेवा, म्हणजे गरजेप्रमाणे त्या सहज उचलता, काढता येतील. याचाच अर्थ टापटीप असा होतो. थोडक्यात, प्रत्येक वस्तूसाठी ठरलेली जागा आणि ठरलेल्या जागेवर प्रत्येक वस्तू, असे यासाठी म्हणता येईल. यामुळे आपल्याला हव्या असणाऱ्या वस्तू नेहमीच त्यांच्या ठरलेल्या जागी मिळतील. प्रत्येक वस्तू कुठे ठेवली आहे हे आपल्याला माहीत असणार, त्या वस्तूला योग्य चिठ्ठी लावलेली असणार, त्यामुळे ती वस्तू हवी तेव्हा तत्काळ उपलब्ध होईल. यामुळे उत्पादक वेळ तर वाढतोच; पण त्याबरोबरच कामातील लय आणि गती यांचे सातत्य टिकून राहाते.

३. शुचित्व – स्वच्छ जागा (shining)

याचा अर्थ स्वच्छता. कामाची जागा म्हणजे टेबल किंवा मशिनच्या अवतीभोवतीची जागा कचरा, गाळसाळ यापासून पूर्णपणे मुक्त असावयास हवी. कामाची जागा नीटनेटकी आणि सुबक असायला हवी. स्वच्छतेचे, सुंदरतेचे हे काम इतके अंगवळणी पडायला हवे की ते काम न वाटता सवय व्हावयास हवी, नव्हे तो आपला स्वभावच बनायला हवा. कुणीही न सांगताच आपोआप या गोष्टी व्हायला हव्यात. वस्तू स्वच्छ करण्याचा सर्वांत उत्तम उपाय म्हणजे ती घाण न होऊ देणे. यंत्राच्या बिघाडाचे प्रमुख कारण घाण हे आहे हे पटवून द्या.

४. सुव्यवस्था – प्रमाणीकरण करणे (standardising)

उच्च दर्जाची स्वच्छता आणि नीटनेटकेपणाची आपण गाठलेली पातळी कायम ठेवण्यासाठी त्याची कार्यपद्धती तयार करून अमलात आणायला हवी. जागृतता असायला हवी. वरील तीनही पायऱ्यांचा अवलंब करून कामाची जागा नेहमीच उत्तम स्थितीत राहाते आहे ना, हे बघावयास हवे. ज्या गोष्टी वरवर सोप्या वाटतात त्या प्रत्यक्षात तितक्या सोप्या नसतात. प्रयत्नांचे सातत्य त्यासाठी जरुरीचे असते.

५. स्वयंशिस्त (self disciplining)

नीटनेटकेपणा आणि स्वच्छता पाळण्याच्या शिस्तीबद्दल प्रशिक्षण घ्या की ज्याच्यामुळे स्वयंस्फूर्ती निर्माण होऊन रोज सर्वजण शिकलेल्या तत्त्वज्ञानाचे प्रत्यक्ष आचरण करतील. आजची स्वच्छता आजच करा. उद्यावर टाकू नका. यासाठी स्वच्छतेची सवय लावून घ्यायला हवी.

'पाच एस' चळवळ म्हणजे मुख्यतः आपल्या कामाची जागा स्वच्छ, नीटनेटकी, व्यवस्थित, सुबक आणि सुंदर ठेवण्याचा निश्चय करणे आणि एकदा प्रयत्नाने पाच एसचा जो स्तर गाठला आहे तो टिकवून ठेवण्याची बांधिलकी मानणे होय. पाच एस आपल्या गुणवत्तेच्या प्रवासाचा भक्कम पायाच आहे.

कामाची स्वच्छ आणि व्यवस्थित जागा उत्पादकतेला पोषक असते. त्यामुळे उत्पादनाचा खर्च कमी होऊन कागदपत्रे, कच्चा माल यांची हाताळणी उत्तमप्रकारे होते. कामासाठी उत्तम वातावरणनिर्मिती होते. स्वयंशिस्त वाढून लोकांचे नीतिधैर्य उत्तम रहाते. वृत्ती समाधानी होते.

आपण निश्चय केला तर आपल्या कामाची जागा आपण प्रयत्नपूर्वक देवघरासारखी स्वच्छ, सुंदर आणि पवित्र करू शकतो. हे केवळ आपल्याच हातात आहे आणि त्यामुळे आपल्यालाच प्रसन्न आणि उत्साहवर्धक वातावरण मिळणार आहे. चला लागू या तयारीला !

□□

१७

पारख व्यक्तिमत्त्वाची

आजच्या प्रगत विश्वात माणूस हा सर्वसाधारणतः विचार करणारा, संवेदना असणारा आणि शिष्टाचार पाळणारा प्राणी मानला जाऊ लागला आहे. त्याच्या या आधुनिक रूपाला पारखायचे कसे? यासाठी प्रामुख्याने तीन परिमाणे, तीन कसोट्या माणसानेच विकसित केल्या आहेत. या मोजमापाला काही मर्यादा आहेत. याबाबतीत बरेच संशोधन झाले असले तरी आणखी संशोधन होणे गरजेचे आहे. निसर्गाने निर्माण केलेले माणूस हे असे अजब रसायन आहे, की त्याला कोणत्याही मानवी ठोकताळ्यात बांधणे जवळजवळ अशक्य आहे. तरीही या मोजमापासाठी तीन परिमाणे प्रामुख्याने वापरली जातात, ती अशी, बौद्धिक गुणांक, भावनिक गुणांक आणि शिष्टाचार गुणांक. ढोबळ मानाने गुणांक म्हणजे, विशिष्ट व्यक्तीच्याबाबतीत सध्याची परिस्थिती काय आहे आणि आदर्श परिस्थिती काय असायला हवी याचे शेकडा प्रमाण, असे म्हणता येईल. म्हणजेच माणसांसाठी बौद्धिक, भावनिक आणि शिष्टाचार क्षमता यावर आधारित हे तीनही गुणांक माणसाचे व्यक्तिमत्त्व ठरवण्यास फारच उपयुक्त ठरतात. या तीनही गोष्टींबाबत सर्वसाधारण माहिती घेण्याचा प्रयत्न आपण या लेखात करणार आहोत.

व्यक्तिमत्त्व

व्यक्तिमत्त्वाची नेमकी व्याख्या करणे इतर महत्त्वाच्या संकल्पनांप्रमाणेच अवघड आहे. व्यक्तिमत्त्व हे सतत बदलत असते, कारण त्यावर अनेक आंतरिक आणि बाह्य घटक सतत परिणाम करीत असतात. व्यक्तिमत्त्व मापनीय आहे. म्हणजेच त्यातील विशेष गुणदोषांचा अभ्यास करून, विशिष्ट मापन कसोट्या वापरून हे मोजमाप करणे शक्य आहे. प्रत्येक व्यक्तीचे व्यक्तिमत्त्व हे वेगळे असते. ते अनेक धाग्यांनी बनलेले असते, विणलेले असते. त्याच्या काही व्याख्या अशा:

- मानवी व्यक्तिमत्त्व हे रूप (शारीरिक), वेदन (भावनिक), संज्ञा (संवेदना), विजनन (बोधात्मक) यांनी बनलेले आहे. गौतम बुद्धांच्या मते, प्रत्येक व्यक्तीत या पाच स्कंदांचे भिन्न भिन्न प्रमाणात एकत्रीकरण, मिश्रण झालेले बघायला मिळते.
- व्यक्तीची शरीररचना, तिची वर्तनपद्धती, अभिरूची, अभिवृत्ती, बौद्धिक

सामर्थ्य, विविध क्षमता, पूर्ववृत्ती यांच्या वैशिष्ट्यपूर्ण आकृतिबंधाला व्यक्तिमत्त्व असे म्हणतात.

◯ कोणत्याही व्यक्तीचे, आपल्या बाह्य परिसराशी होणारे वैशिष्ट्यपूर्ण समायोजन ठरविणारे घटक व तिच्या अंतर्गत असणारे मनोभौतिक घटक व त्यांच्यात घडून येणारे गतिशील संघटन म्हणजे व्यक्तिमत्त्व होय.

१. बौद्धिक क्षमता

निसर्गातील अनेक प्राण्यांपैकी एक प्राणी म्हणजे मनुष्य. परंतु असे असले तरी तो इतर प्राण्यांपेक्षा खूपच निराळा आहे. मनुष्यप्राणी वेगळा कसा? या प्रश्नाचे उत्तर बहुधा तो विचार करणारा बुद्धिवान प्राणी आहे असे मिळत असे. त्यामुळे माणसाच्या व्यक्तिमत्त्वाची पारख करताना त्याच्या बुद्धीची क्षमता ही बाब फारच महत्त्वाची मानली जात असे आणि या निकषावरच त्याचा सामाजिक स्तर ठरवला जात असे. यामुळे अनेक मानसशास्त्रज्ञांनी बुद्धिमापनाच्या काही कसोट्या शोधून काढल्या असाव्यात. आणि त्याचा परिणाम म्हणून 'बौद्धिक गुणांक' ही संकल्पना पुढे आली आणि प्रचलितही झाली. केवळ बौद्धिक गुणांकावरूनच त्याची पारख होऊ लागली.

बौद्धिक क्षमतेत तर्कशुद्ध विचार, आयुष्य जगण्यासाठी लागणारी विशेष कौशल्ये, जागा अथवा स्थळ या संबंधीचे ज्ञान, साम्य ओळखण्याचे कौशल्य आणि या सर्व गोष्टी व्यक्त करण्याची क्षमता याचा विचार केला जातो. अशा माणसांना स्वतःवरचे नियंत्रण, उत्साह, सातत्य आणि इतरांना प्रेरित करण्याची कला या गोष्टी शिकवता येतात. त्यांच्यातील स्वार्थ, हिंसा आणि कोतेपणाही कमी करता येतो. मात्र यासाठी योग्य प्रशिक्षणाची गरज आहे.

परंतु, जसजसा या कार्यपद्धतीचा प्रसार आणि विकास होऊ लागला, तेव्हा त्यावरून येणारे निष्कर्ष बघून माणसाच्या असे लक्षात येऊ लागले, की बुद्ध्यंक बराच वरचा असूनही व्यावहारिक जगात अशी माणसे अपेक्षित यश मिळवू शकतातच असे नाही. याचा अर्थ असा होतो की, आपण केलेल्या यशाच्या समीकरणात काही कमतरता राहिली आहे का? पृथ्वीचे वजन प्रथम शोधून शास्त्रीय संशोधनात मोठी कामगिरी करणारा संशोधक 'हेन्री कॅव्हेंडिश' हा वैयक्तिक जीवनात खूपच एकाकी होता, स्त्रियांचा तर तो तिटकाराच करीत असे. त्याने भिंतीकडे तोंड करूनच आपली देहयात्रा संपवली. म्हणूनच व्यक्तिमत्त्व विकासात अशा लोकांमध्ये काहीतरी असमतोल आहे का, असे वाटून जाते. अशा असमतोलावर बराच विचार झाला, तेव्हा व्यक्तिमत्त्व विकासात बुद्धीइतकेच किंबहुना त्यापेक्षाही जास्त महत्त्व माणसाच्या भावनाक्षमतेला आहे असा विचार पुढे आला.

२. भावनाक्षमता

माणूस आपल्या बौद्धिक क्षमतेवरच यश प्राप्त करू शकतो असा करून दिलेला

समज किती भ्रामक आहे याची खात्री लोकांना पटू लागली. बौद्धिक क्षमतेबरोबरच भावनिक क्षमतेचा आधार जीवन कसे समृद्ध करू शकतो यावर विचार आणि संशोधन सुरू झाले. कोलंबिया विद्यापीठातील शास्त्रज्ञ श्री. थार्नेडायिक यांनी १९२० साली 'सामाजिक हुशारी' ही संकल्पना मांडली आणि इतर लोकांना समजावून घेऊन त्यांच्यातील संबंध दृढ करीत आयुष्य यशस्वी करण्याच्या क्षमतेचा अभ्यास सुरू झाला. पुढे श्री. वेन पायने यांनी १९८५ मध्ये 'भावनिक बुद्ध्यंक' ही संकल्पना मांडली. डॉ. जॉन मायर यांनी १९९० मध्ये 'भावनिक बुद्ध्यांक' या संकल्पनेच्या संशोधनात मोलाची भर घातली आणि खूपच स्पष्टता आणली. श्री.गोल्डमन डेनियल यांनी १९९५ च्या सुमारास 'भावनिक बुद्ध्यंक' ही संकल्पना प्रचलित केली.

बौद्धिक क्षमतेबरोबरच भावनिक क्षमतेचाही विकास होत गेला आणि आयुष्यात प्रचलित यश मिळवायचे असेल तर बौद्धिक क्षमतेबरोबरच भावनिक क्षमतेची जोड आवश्यक आहे याची खात्री पटू लागली. आता तर मानसशास्त्रज्ञ जीवनाची उंची वाढवण्यासाठी बौद्धिक क्षमतेपेक्षाही भावनिक क्षमता जास्त महत्त्वाची असल्याचे आग्रही प्रतिपादन करू लागले आहेत. भावनिक क्षमतेच्या मदतीने माणसाला स्वतःच्या आणि त्याच्या संबंधात येणाऱ्या इतर माणसांच्या भावना ओळखता येतात आणि या आकलनानुसार तो आपली वागणूक योग्यप्रकारे बदलून व्यवहारातील योग्य आणि अपेक्षित परिणाम साधू शकतो. सर्वसाधारण बौद्धिक क्षमता आणि जरा उच्च दर्जाची भावनिक क्षमता असणारी माणसे प्रभावी आयुष्य जगताना आढळतात.

भावनिक क्षमतेमुळे स्वतःवर योग्य नियंत्रण ठेवता येते. कामासाठी लागणारी आवश्यक उत्सुकता आणि कळकळ निर्माण करून आपल्या कामातील सातत्य टिकवित इतरांनाही आवश्यक कार्यासाठी प्रेरित करता येते. स्वार्थ, हिंसा आणि मनाचा कोतेपणा या नकारात्मक गोष्टी कमी करीत भावना, वर्तन आणि नीतिमत्ता सकारात्मक ठेवता येतात. आपल्या भावनाच आपल्याला कार्यरत करीत असतात. भावनांमुळे मनात उर्मी उत्पन्न होतात. भावनांमध्ये 'संवेदना' ही भावना फारच मोलाची असते. त्यामुळे दुसऱ्याच्या मनातील भावना जशाच्या तशा समजावून घेण्याची क्षमता वाढते आणि ही उर्मीच आपल्याला कार्यप्रवण करीत राहाते.

३. शिष्टाचार क्षमता

काळात होणाऱ्या बदलाबरोबरच माणसापुढील आव्हानेही अधिकाधिक खडतर होऊ लागली आहेत. माणसाच्या व्यक्तिमत्त्वाचा अधिक कस पाहणारी ठरत आहेत. यापुढे माणसाची बौद्धिक आणि भावनिक क्षमताही अपुरी पडू लागली आहे की काय असे वाटायला लागले असतानाच, यशाच्या समीकरणातील अजून एक पैलू पुढे येताना दिसत आहे. हा पैलू म्हणजे 'शिष्टाचार क्षमता'. आपल्या संस्कृतीत शिष्टाचाराला

पहिल्यापासून खूप महत्त्व आहे. पण आता त्याला एक वेगळेच परिमाण मिळू पाहात आहे. सुरुवातीला व्यवसायाच्या दृष्टिकोनातून शिष्टाचार हा फार महत्त्वाचा पैलू मानला जात नव्हता. त्यामुळे त्याच्या पद्धतशीर प्रशिक्षणाचाही विचार होत नव्हता. सध्याची सर्वच क्षेत्रांत असणारी व्यावसायिक स्पर्धा लक्षात घेता व्यवहारातील सर्वच गोष्टी महत्त्वाच्या ठरू लागल्या आहेत. व्यवस्थापकांमध्ये योग्य शिष्टाचार नसल्यामुळे कामे हातातून निसटण्याच्या शक्यता वाढू लागल्या आहेत. उत्पादनाची योग्य गुणवत्ता आणि किंमत असूनही ग्राहकांशी योग्य नातेसंबंध प्रस्थापित करू न शकल्यामुळे, व्यवस्थापकांकडे योग्य शिष्टाचार आणि त्यासाठी आवश्यक कौशल्ये नसल्यामुळे महत्त्वाच्या ऑर्डर्स हातातून निसटल्याच्या अनेक घटना घडताना दिसतात. यावर उपाय म्हणून अनेक मोठ्या कंपन्यातून 'व्यावसायिक शिष्टाचार' या विषयावर प्रशिक्षण कार्यक्रमही राबवायला सुरुवात झाली आहे. टाटा कन्सल्टन्सी, विप्रो, थरमॅक्स, कॅनबे, एचएसबीसी आणि महिंद्रा ब्रिटिश टेलिकॉम या काही कंपन्यांची नांवे या संदर्भात घेता येतील.

तात्पर्य

जन्माला येताना आपण असमर्थ आणि परावलंबी असतो. पण आपल्यात शिक्षण घेण्याची अमर्याद क्षमता असते. शिक्षण ही अशी प्रक्रिया आहे की त्यामुळे आपले रूपांतर परावलंबनातून स्वावलंबनात होते. या प्रक्रियेत माणसाला त्याच्या बौद्धिक क्षमतेचा उपयोग होत असतो. त्याचबरोबर या वाढीत भावनांचे दृश्य आणि अदृश्य पण जाणवणारे संबंध आहेत, हे आपण नाकारू शकत नाही. बुद्धी आणि भावना यांचे अतूट आणि अभेद्य नाते आहे. त्यामुळे बौद्धिक क्षमतेबरोबरच भावनिक क्षमतेचा कसही आपल्या व्यक्तिमत्त्व विकासात लागतो. व्यक्तिमत्त्वाचा पुढचा प्रवास स्वावलंबनातून परस्परावलंबनाचा आहे. आयुष्यात काही भव्यदिव्य करावयाचे असेल तर एकटा माणूस ते करू शकत नाही. त्याला त्याच्या अवतीभोवतीच्या समविचारी माणसांची गरज लागते आणि यासाठी शिष्टाचार क्षमता माणसामाणसातील परस्परसंबंध निर्माण करण्यास खूपच मदत करणारी आहे.

अशा तऱ्हेने मनुष्य जीवनाचा विकास-परावलंबन, स्वावलंबन असा आहे. तो परस्परावलंबन-प्रभावी करण्यास बौद्धिक क्षमता, भावनिक क्षमता आणि शिष्टाचार क्षमता यांचा प्रचंड उपयोग व्यक्तिमत्त्व विकासात होत असतो, होऊ शकतो. या क्षमतांचे मोजमाप ते ते गुणांक मोजून करता येते. या जाणिवेनंतर त्यावर योग्य नियंत्रणही ठेवता येईल.

थोडक्यात, बुद्धी, भावना आणि शिष्टाचार यांचे अखंड मिश्रण म्हणजेच मानवी जीवन होय.

□□

१८

सादरीकरण कसे करावे ?

आपण सध्या जाहिरातीच्या युगात राहातो. आपल्याजवळ जी गोष्ट आहे ती इतरांपर्यंत प्रभावीपणे पोहोचवणे या कौशल्याला फारच महत्त्व प्राप्त झाले आहे. मग ही गोष्ट आपले विचार, आपल्या कल्पनाही का असेनात. आपले विचार, कल्पना आपण भाषणाद्वारे अथवा लेखनाद्वारे इतरांपर्यंत पोहोचवू शकतो. सादरीकरण (प्रेझेंटेशन) याचा पहिला फायदा म्हणजे आपण केलेल्या कामाला किंवा विचारांना मान्यता मिळते. आपल्या वरिष्ठांना किंवा सहकाऱ्यांना आपले सहकारी काय करू शकतात व त्यांना कोणत्या मदतीची गरज आहे याची जाणीव होते.

गेल्या काही वर्षात झालेल्या सादरीकरणांचे सिंहावलोकन केले असता असे पाहायला मिळते की, सादरीकरणासाठी संगणकाचीही मदत घेणे सुरू झाले आहे. याचा परिणाम म्हणजे सादरीकरणे आकर्षक व जादूमय वाटू लागली आहेत. ही सगळी बदलत्या काळाची चाहूल आहे असेच म्हणावे लागेल. परंतु याबरोबरच त्यात नाटकीपणाचा धोकाही संभवतो. संगणकाचा उपयोग करीत असताना प्रस्तुतीकरणाचा मूळ गाभा तर आपण सोडत नाही ना, याचा विचार जरूर व्हायला हवा.

सादरीकरणे सुटसुटीत व आकर्षक कशी करावीत यासाठी हा लेख प्रपंच. सादरीकरणे आपण कोणत्या पातळीवरील प्रेक्षकांसाठी करणार आहोत, याचा विचार करून, त्या प्रेक्षकांना समजेल, भावेल अशी भाषा व शब्दरचना वापरण्याचा प्रयत्न असावा.

१. योग्य नियोजन व कालमर्यादा

सादरीकरणाला दिलेली वेळ पाळणे फार महत्त्वाचे असते. बऱ्याच वेळा सुरुवात अगदीच संथपणे केली जाते व नंतर वेळेची मर्यादा पाळण्यासाठी जाणीव होऊन घाईने सादरीकरण संपविले जाते. यामुळे सादरीकरणाचा योग्य ठसा उमटत नाही. सादरीकरण एका ठरावीक गतीने होणे परिणामकारक ठरते. सादरीकरण करताना खालील गोष्टीत वेळ जातो तो टाळता येईल:

- आपल्या प्रकल्पाची माहिती देताना सुटसुटीतपणा न ठेवता उगीचच पाल्हाळ लावणे.
- जरूर नसलेली माहिती दिली जाणे.

- एकापेक्षा जास्त वक्ते बोलत असताना ओळख किंवा आभार मानणे या औपचारिकतेची गरज नसते.
- सादरीकरणाची वेळ व मर्यादा लक्षात घेऊन अगोदरच योग्य नियोजन करणे आवश्यक आहे.

२. सादरीकरणाचा क्रम

सादरीकरणाला योग्य व तर्कशुद्ध क्रम असणे जरूरीचे आहे. किती ट्रान्सपरन्सीज वापरणार हे अगोदरच ठरवा व त्याप्रमाणे सादरीकरण लयबद्ध, उत्साहपूर्ण व तर्कशुद्ध असू द्या.

३. तर्कशुद्ध व प्रभावी सादरीकरणासाठी

- आपल्या संस्थेची थोडक्यात माहिती द्या.
- आपली थोडक्यात ओळख करून द्या.
- आपण निवडलेल्या समस्येची आणि प्रकल्पाची माहिती द्या.
- समस्या का व कशी निवडली ते सांगा.
- उद्दिष्ट स्पष्ट करा.
- परिस्थितीची योग्य माहिती व आकलन.
- विविध तंत्रांच्या साहाय्याने केलेले पृथ:क्करण.
- उपायांचा शोध व योग्य पर्यायाची निवड.
- उपाययोजनेची चाचणी.
- परिणाम व उद्देश यांची तुलना.
- पुन्हा समस्या उभी राहू नये म्हणून घेतलेली काळजी व नियंत्रण.
- झालेले फायदे व निष्कर्ष.
- आभार व शंका समाधान.

४. ओव्हरहेड किंवा स्लाईड प्रोजेक्टरच्या ट्रान्सपरन्सीज्

- एका ट्रान्सपरन्सीमध्ये एकच मुख्य कल्पना असावी.
- आकृती, आलेख व तक्ते हे स्वच्छ व नीटनेटके असावेत.
- एका ओळीत साधारण ७ ते ८ शब्द असावेत व एका ट्रान्सपरन्सीत ६ ते ८ ओळी असाव्यात.
- प्रत्येक ओळीत समान जागा व प्रत्येक शब्दात समान अंतर असावे.
- अक्षर ठळक व स्वच्छ असावे. अक्षरांची रुंदी व उंची साधारणपणे ५ ते ६ मी.मी. असावी.

- ओव्हरहेड प्रोजेक्टरच्या काचेच्या मापातच योग्य समास सोडून लिखाण असावे.
- आवश्यक असतील तेवढ्याच ट्रान्सपरन्सीज तयार कराव्यात. तांबडा, केशरी किंवा तत्सम फिक्या रंगाचा वापर करावा.

५. सादरीकरण

कल्पक व आकर्षक सुरुवात ही यशस्वी सादरीकरणाची नांदी ठरते. जसे की, स्वामी विवेकानंदांचे शिकागो धर्म परिषदेतील सुप्रसिद्ध वचन, 'अमेरिकेतील माझ्या बंधु आणि भगिनींनो'. एखादा परिस्थितीजन्य विनोद, कवितांची कडवी याचा समर्पक उपयोग प्रेक्षकांची मने आकर्षून घेण्यास उपयुक्त ठरतो. सादरीकरण एका सभासदाकडून दुसऱ्याकडे जाताना रिले रेसप्रमाणे योग्य संतुलन राखून व सहजपणे जावे. माईक ओव्हरहेड प्रोजेक्टर व ट्रान्सपरन्सीज यांच्या वापराचा योग्य सराव हवा. माईकच्या अगदी जवळून किंवा फार लांबून बोलणे श्रोत्यांना खटकते.

६. परिणामकारक सादरीकरणास उपयुक्त मुद्दे

- ओव्हरहेड प्रोजेक्टर योग्य पद्धतीने हाताळावा.
- वक्ता तणावमुक्त व उत्साही असावा.
- वक्त्यात आत्मविश्वास व धैर्य असावे.
- स्लाईड्स व ट्रान्सपरन्सीज या वक्त्यास मदत करतात. त्या प्रेक्षकाकडे पाठ फिरवून वाचू नयेत.
- स्लाईड्स व ट्रान्सपरन्सीजमधील हव्या त्या मुद्द्याकडे प्रेक्षकांचे लक्ष आकर्षून घ्यावे.
- आवाजात योग्य ते चढ-उतार असावेत.
- श्रोत्यांच्या डोळ्यात बघावे.
- भाषणाची गती मध्यम ठेवावी.
- चेहऱ्याचे व हाताचे योग्य ते हावभाव करावेत.
- श्रोत्यांच्या प्रश्नांना आत्मविश्वासपूर्वक उत्तरे द्यावीत.

संभाषण ही कला काही लोकांनाच जन्मजात अवगत असते असे मानले, तरी असा अनुभव आहे की, सवयीने व प्रयत्नाने आपण ही कला उत्तम प्रकारे आत्मसात करू शकतो. वरील गोष्टींकडे लक्ष देऊन सादरीकरणाची आखणी आणि पुन:पुन्हा सवय केल्यास सादरीकरण व्यवस्थित तर होईलच, पण ते एखाद्या खेळाप्रमाणे आनंद देणारे ठरेल. पुन:पुन्हा त्यात सहभागी व्हावेसे वाटेल.

७. आयोजन व काळजी

- एकूण कालावधी १५ ते २० मिनिटे असावा.
- वक्ते व प्रेक्षक यांना वेळेवर निमंत्रणे.
- वेळेआधीच सादरीकरणाची जागा, उपकरणे लावून जय्यत तयार ठेवावीत.
- उत्तम दृक-श्राव्य माध्यमे चांगला परिणाम साधतात.
- वेळापत्रक पाळल्याने चांगले मत होते.
- श्रोत्यांना समजेल अशा भाषेत बोलावे.
- वेगवेगळ्या आकृतींच्या साहाय्याने माहिती समजावून दिल्यास चांगला परिणाम होतो.
- हसतमुख राहिल्यास वक्ता व श्रोते दोघेही तणावमुक्त होतात आणि उत्साह वाढतो.

८. श्रोत्यांसमोर बोलताना टाळावयाच्या गोष्टी

- मंचावर अति प्रमाणात चालणे / वावरणे.
- टेबल किंवा इतर गोष्टींना टेकून उभे राहाणे.
- एका पायावर उभे राहाणे.
- सतत एकाच व्यक्तीकडे पाहून बोलणे.
- ओरडून बोलणे अथवा पुटपुटणे.
- किल्लीचा जुडगा, चष्मा किंवा तत्सम गोष्टीशी खेळणे.
- श्रोत्यांकडे पाठ करून बोलणे.
- अति संथ किंवा अति वेगाने बोलणे.
- गबाळेपणाने राहाणे.
- बोलण्याची पुनरावृत्ती करणे.

प्रस्तुत लेखात दिलेल्या सूचना अमलात आणल्या तर सादरीकरणाचा दर्जा नक्कीच उंचावेल. एवढेच नाही तर आपल्याला सादरीकरणाचा आनंददेखील घेता येईल. सादरीकरण म्हणजे एखाद्या खेळास जाणे, प्रत्येक खेळात भाग घेणे व या सवयीमुळे अधिकाधिक कौशल्य व ऊर्जा मिळवणे होय. माझा अनुभव असा आहे की, प्रस्तुतीकरणाच्या आधी केलेल्या सवयीमुळे सादरीकरण करणाऱ्यास एक प्रकारचा आत्मविश्वास येतो व त्याची कार्यक्षमता वाढते.

□□

१९

समस्यापूर्ती

प्रक्रियेची किंवा कोणत्याही कामाची परिणती ही जेव्हा अनपेक्षित परिणामात होते, तेव्हा तिला समस्या असे म्हणतात. दुसऱ्या शब्दात असेही म्हणता येईल, की जे घडायला हवे आहे आणि जे प्रत्यक्ष घडते आहे यातील तफावत म्हणजे समस्या. समस्या हा जीवनाचा एक अविभाज्य भाग आहे. माणसापुढे जेव्हा समस्या उभ्या राहतात तेव्हा त्या सोडवणे ही माणसाची नैसर्गिक प्रवृत्ती आहे. समस्यांमधून सुटण्याचा मार्ग तो आपोआपच शोधून काढतो. बहुतांशी माणसाच्या या क्षमतेवरच समाजाची प्रगती अवलंबून असते. समस्या पुन्हा उद्‌भवू नये यासाठी केलेल्या उपाययोजनेच्या कौशल्यावर, समस्या सोडविण्यातील यश अवलंबून आहे. या लेखात आपण समस्या कशा ओळखायच्या, कशा सोडवायच्या आणि त्या मागची कारणे कशी नाहीशी करायची याचा विचार करणार आहोत.

सर्वप्रथम समस्या ओळखता यायला हवी. समस्या ओळखता आली नाही, तिची जाणीव झाली नाही तर ती आयुष्याचा एक भागच बनते. मी नाशिकला राहात असताना माझा एक मित्र तांबट गल्लीत राहात होता. एक दिवस मी त्याला भेटायला गेलो होतो. आजूबाजूला भांडी घडवण्याचे काम चालू होते. मी बेजार होऊन त्याला विचारले, ''अरे, तुला याचा त्रास होत नाही का?'' त्यावर आश्चर्याने तो म्हणाला ''कशाचा त्रास?'' त्याला आवाजाची इतकी सवय झाली होती की मोठ्या आवाजाचे त्रासदायक अस्तित्वच तो विसरला होता. समस्या कळण्यासाठी मन जागृत असावे लागते. समस्या सोडविण्याचा पहिला आणि महत्त्वाचा मार्ग आहे समस्येची जाणीव. दुसरी पायरी म्हणजे भेडसावणाऱ्या समस्येतून सुटण्यासाठी काहीतरी मार्ग हवा. त्यासाठी पर्याय उपलब्ध असायला हवा. पर्याय नसेल तर समस्या आयुष्याचा एक अविभाज्य भाग बनते. उदा. माणसाला अमर व्हावेसे वाटते. पण मृत्यू ही जीवनाची न टाळता येणारी घटना आहे; ती समस्या नाही. त्यातून सुटण्याचा मार्गच उपलब्ध नाही. तिसरी गोष्ट म्हणजे समस्या सोडविण्याची इच्छा असायला हवी. जनतेचे अनेक प्रश्न सहज सोडवता येणारे असतात. पण राजकीय इच्छाशक्ती कमी पडते. त्यामुळे अनेक वर्षे त्या अनुत्तरीत राहातात. थोडा विचार केला तर आपण आपल्यापुढील समस्यांची भली मोठी यादी करू शकतो. पण आपल्याजवळ उपलब्ध साधनसामग्री मर्यादित असल्यामुळे एकदम आपल्याला सर्वच

समस्यांवर उपाय शोधणे अशक्य आहे. म्हणून प्रथम प्राधान्यक्रम ठरविणे उपयुक्त ठरेल. या साठी काही निकष ठरवून 'पॅरीटा डायग्रॅम'सारख्या तंत्राचा वापर करून महत्त्वाच्या समस्यांचा क्रम ठरविता येईल आणि त्याच्या प्राधान्यक्रमाप्रमाणे एक, एक समस्या घेऊन त्यांचे निराकरण करता येईल.

समस्या सोडविण्यासाठी खालील पाच पायऱ्या उपयुक्त ठरतात :

१. समस्येची नेमकी व्याख्या करणे.
२. तात्पुरता पर्याय शोधणे.
३. मूळ कारणाचा शोध घेणे.
४. उपाययोजनेची कार्यवाही करणे.
५. परिणाम तपासणे आणि पाठपुरावा करणे.

व्यवहारातील एक उदाहरण घेऊन वरील पायऱ्या समजावून घेऊया.

पहिली पायरी : समजा एका लहान मुलाच्या पोटात दुखत आहे, ही एक समस्या आहे.

दुसरी पायरी : डॉक्टरांना बोलावले गेले. डॉक्टरांनी त्याचे लक्षण बघून त्याला औषधाची एक गोळी दिली.

तिसरी पायरी : डॉक्टरांनी मुलाला आपल्या दवाखान्यात नेऊन तपासणी केली. तेव्हा त्यांनी, 'घरातील विहिरीच्या दूषित पाण्यामुळे मुलाचे पोट दुखत आहे', असे निदान केले.

चौथी पायरी : यावर उपाय म्हणजे विहिरीचे पाणी शुद्ध करून पिणे किंवा हे घर सोडून दुसरे घर घेणे हा आहे.

पाचवी पायरी : म्हणजे दररोज पिण्याचे पणी उकळून अथवा इतर मार्गाने शुद्ध करून घ्यायला हवे आणि दर दोन महिन्यांनी पाणी शुद्ध आहे की नाही याची तपासणी करावयास हवी.

आता वर दिलेल्या पायऱ्यांचा सविस्तर विचार करू या.

पहिली पायरी

या पायरीत दोन गोष्टी येतात. पहिली म्हणजे समस्येची अचूक आणि नेमकी व्याख्या करणे आणि त्यावरील उपायाची योजना करणे होय. समस्येवर उपाय शोधण्यापूर्वीच समस्या नेमकी काय आहे हे समजणे महत्त्वाचे ठरते. समस्या नेमकी कळली म्हणजे ती अर्धी सुटली असे म्हणतात. खालील गोष्टींवर लक्ष केंद्रित करा.

१. कारणांपेक्षा गोळा केलेल्या माहितीवर लक्ष केंद्रित करा.
२. नेमकी चूक काय आहे ते तपासा. माणसांना दोष देऊ नका.
३. समस्या नेमकी किती गंभीर आहे हे तपासा.

उपायांची योजना करा.

१. उपाय शोधून काढणारी माणसे ठरवा किंवा उपायांचा शोध घेण्यासाठी कोण उपयोगी पडतील ते ठरवा.
२. समस्या सोडविण्याची परिमाणे ठरवा.
३. समस्या पूर्णपणे कधीपर्यंत सोडविली जाईल त्याची वेळ ठरवा.

दुसरी पायरी

या पायरीत परिस्थिती नियंत्रणात राहण्यासाठी तात्पुरता उपाय केला जातो. त्यामुळे गंभीर परिणामांची तीव्रता कमी होते. यात उत्पादनातील रीवर्क वाढते. अयोग्य उत्पादनाची विल्हेवाट लावली जाते. कायमस्वरूपी पर्याय मिळेपर्यंत मलमपट्टी केली जाते. परंतु या तात्पुरत्या उपायामुळे कायमस्वरूपी तोडगा शोधण्यास विलंब लागण्याची भीती असते.

तिसरी पायरी

एखादी समस्या उद्‌भवण्यासाठी एकापेक्षा अनेक कारणेही असू शकतात. मूळ कारणांचा शोध घेण्यासाठी खालील तंत्राचा वापर करता येतो:

- कल्पना स्फोट, विचारमंथन
- कारण आणि परिणाम आकृती
- चेक शीट्स
- पॅरीटो आकृती

येथे या प्रभावी आणि उपयुक्त समस्यापूर्ती तंत्रांची थोडक्यात ओळख करून घेणे उपयुक्त ठरेल.

अः विचारमंथन : कल्पना निर्माण करण्याचे हे एक साधे आणि खूप लोकप्रिय तंत्र आहे. याच्या वापराने कमी वेळात प्रचंड कल्पनांची निर्मिती करता येते. ॲलेक्स ॲसबार्न यांनी हे तंत्र शोधून काढले.

केव्हा वापरावे

१. जेव्हा समस्येला एकापेक्षा जास्त उत्तरे असतात.
२. गटाचा सहभाग अपेक्षित असतो.
३. समस्यापूर्तीसाठी विविध स्तरातील कल्पनांची गरज असते.
४. असाधारण, परंपराबाह्य कल्पनांची गरज असते.

कसे वागावे

१. समस्येबद्दल नेमकी माहिती द्या.

२. विचारमंथन सत्रासाठी मार्गदर्शक नेमा.

३. सर्वांचा सहभाग मिळवा.

४. कल्पनांची यादी सर्वांसमोर ठेवा

५. आवश्यक वाटल्यास विश्रांती घ्या.

६. सर्व कल्पनांची नोंद घ्या.

विचारमंथनाची मुख्य तत्त्वे

१. टीका टाळा.

२. कल्पनांचे तत्काळ मूल्यांकन करू नका.

३. आधीच्या कल्पनांवरून नवीन कल्पना तयार करा.

४. गुणवत्तेपेक्षा संख्येला प्राधान्य द्या.

ब: कारण–परिणाम आकृती : होणाऱ्या परिणामाची सर्व कारणे या आकृतीच्या साहाय्याने शोधता येतात. ही एक बौद्धिक कसरत आहे. त्यातून आपल्या समोरच्या परिस्थितीचा मागोवा घेता येतो. ही आकृती डॉ.कावरू इशिकावा यांनी शोधून काढली. समस्या सोडविताना मूळ कारणाचा शोध घेण्यासाठी ही एक प्रभावी आणि खूप लोकप्रिय पद्धत ठरली आहे.

केव्हा वापरावी

१. एखाद्या समस्येला कारणीभूत गोष्टींचा विस्तृत शोध घ्यायचा असतो तेव्हा.

२. परिणाम आणि त्याला जबाबदार कारणे यांचे संबंध तपासण्यासाठी.

३. विचारात स्पष्टता आणण्यासाठी.

कसे वापरावे

१. समस्येवर विचारमंथन करावे.

२. समस्येची सर्व शक्य कारणे लिहून काढावीत.

३. सर्व कारणांचे प्रमुख भागात वर्गीकरण करावे. उदा. माणूस, पैसा, मशीन आणि कार्यपद्धत.

४. सरळ आडवी रेघ मारून चौकोनात परिणाम लिहावेत.

५. चार तिरक्या रेघा काढून वर्गीकरणातले मुद्दे लिहावेत.

६. सर्व कारणे लहान आडव्या रेघेवर वर्गीकरणाप्रमाणे लिहावीत.

७. सतत का? केव्हा? कसे? कोणी? आणि कोठे? हे प्रश्न विचारावेत.

८. सखोल विचार करीत मूळ कारणापर्यंत पोहोचावे.

क: चेकशीट : माहिती गोळा करण्यासाठी योजना आणि विचार करून तयार केलेला तक्ता म्हणजे चेकशीट. पद्धतशीरपणे माहिती गोळा करण्यासाठी आणि

मिळवलेल्या माहितीचे पृथःक्करण करण्यासाठी चेकशीटचा उपयोग होतो.

केव्हा वापरावे

१. माहिती संकलन सोपे आणि सुटसुटीत करण्यासाठी.

२. सर्वसामान्यांना सहज समजेल अशी माहिती मांडण्यासाठी.

चेकशीटमध्ये खालील माहिती असावी :

- चेकशीट कशासाठी आहे.
- कोणत्या गोष्टीची तपासणी केली.
- वेळ आणि तारीख.
- माहिती संकलित करणारी व्यक्ती.

डः पॅरेटो आकृती : 'महत्त्वाचे थोडे आणि कमी महत्त्वाचे अधिक'. महत्त्वाचे काय याचे नेमके ज्ञान करून घेण्यासाठी या तंत्राचा वापर करता येतो. क्रमवारी, प्राधान्यक्रम, महत्त्वाचा क्रम ठरविण्यासाठी या तंत्राचा वापर होतो. पॅरेटो तत्त्वज्ञान असे सांगते की, कोणत्याही घटनेत महत्त्वाचा सहभाग कमी कारणांचा (साधारण २० टक्के) असतो की ज्यामुळे जास्त परिणाम (साधारण ८० टक्के) घडत असतात. पॅरेटो आकृतीमुळे महत्त्वाच्या कारणांचा प्राधान्यक्रम पटकन दृष्टिपथात येतो.

केव्हा वापरतात?

- सर्वांत महत्त्वाची समस्या काय आहे हे ठरविताना.
- गोळा केलेली माहिती इतरांना समजावताना.
- आपल्या कामगिरीची तुलना करताना.

कशी वापरावी?

- माहिती कशी मांडायची ते ठरवा.
- कोणत्या कालखंडाची माहिती गोळा करायची ते ठरवा.
- चेकशीटचा वापर करून माहिती गोळा करा.
- उतरत्या क्रमाने माहितीचा आलेख काढा.
- एकत्रित टक्केवारी ठरवा व आलेखावर मांडा.

तिसऱ्या पायरीमुळे आपल्याकडे असलेल्या माहितीवर आधारित मूळ कारणांचा शोध लागतो. त्यामुळे काही गृहीतांवर आधारलेली पहिली पायरी बदलता येते.

चौथी पायरी

या पायरीत चार उपविभाग येतात:

१. **विविध उपयोजनांचा शोध :** परिणामाला जबाबदार उप-कारणे

शोधल्यावर त्यावर उपलब्ध अनेक उपाय योजनांचा मागोवा घ्यायला हवा. यासाठी 'विचारमंथनाचा' वापर करता येईल.

२. **योग्य उपाययोजनेची निवड करा :** अनेक पर्यायी उपाययोजनांचे मूल्यमापन करून सर्वांत प्रभावी आणि अंमलबजावणी करता येणारी उपाययोजना निवडा.

३. निवडलेल्या उपायांबद्दल इतरांशी संपर्क साधा आणि अंमलबजावणीची योजना तयार करा.

४. उपाय योजनेची अंमलबजावणी.

पाचवी पायरी

आपण अमलात आणलेल्या उपाययोजनेचे मूल्यमापन करा आणि आपली समस्या सुटली आहे का, ते तपासा. त्याप्रमाणे सर्व कागदपत्रातही योग्य बदल करा. त्यामुळे केलेली सुधारणा दैनंदिन प्रक्रियेचा एक भाग बनेल आणि ती समस्या पुन्हा उद्भवणार नाही.

निष्कर्ष

शास्त्रशुद्ध पद्धतीने समस्या सोडविल्यास समस्यांवर कायमस्वरूपी उपाययोजना करता येतात. त्यामुळे विविध पर्यायांच्या अंधानुकरणामुळे वाया जाणारा वेळ आणि श्रम वाचतात. वर सांगितलेली समस्यापूर्तीची पद्धत फक्त कामासाठीच नाही तर आपल्या कौटुंबिक आणि वैयक्तिक समस्यापूर्तीसाठी देखील वापरता येते. जसे की बाबांचा घरातील सतत आरडाओरडा, मुलांना परीक्षेत कमी मार्क पडणे, घरखर्चात बचत करणे, इत्यादी.

□□

२०

सात सवयीत सामावली परिपूर्णता

आपले जीवन प्रभावी व्हावे असे कोणाला वाटत नाही? बहुधा आपल्याकडे योग्य ज्ञान असते, कार्यक्षमता असते; पण प्रभावी कामासाठी नेमके काय करायला हवे याची जाण नसते. कोणत्या सवयी आपण अंगी बाळगल्या पाहिजेत हेच समजत नाही. त्यामुळे प्रचंड प्रमाणात उपलब्ध असणारी कार्यक्षमता वाया जाते. चांगल्या सवयी अंगी बाणवल्या की ही अडचण दूर होऊ शकते. यशासाठी चांगली शैक्षणिक बैठक तर हवीच. त्याने आपल्या संकल्पना स्पष्ट होतात. जग कळायला मदत होते. पण शिक्षण म्हणजे सर्व काही आहे का? अनेकदा उत्तम शैक्षणिक यशानंतरही माणसे व्यावहारिक जगात यश मिळवू शकत नाहीत. या उलट सुमार हुशारी असणारी माणसे मात्र आयुष्यात चमकतात. काय विशेष असते अशा माणसांकडे? नशिबाचा खेळ म्हणायचे का? नशीब लागते खरे, पण तोच मुख्य घटक आहे असे म्हणता येणार नाही.

यशासाठी प्रवासाला सुरुवात करताना माणूस इतरांवर अवलंबून असतो. स्वावलंबी व आत्मनिर्भरता ही यशाची पहिली पायरी. हा असतो आत्मविकास. पण आजच्या गुंतागुंतीच्या जगात एवढा विकास पुरेसा नसतो. इतरांनी काही प्रमाणात आपल्यावर अवलंबून असणे व आपणही इतरांवर अवलंबून असणे हे अपरिहार्य आहे. या परस्परावलंबित्वामध्ये एक विशिष्ट गुणवत्ता, दर्जा संपादन करणे आवश्यक असते. हा सामूहिक विजय असतो, व्यक्तिगत विकासाच्या पुढचा. म्हणजे यशाचा मार्ग अवलंबित्वाकडून स्वावलंबनाकडे आणि तेथून परस्परावलंबनाकडे जातो, असे म्हणता येईल.

हा प्रवास यशस्वीपणे पार करण्यासाठी आपण कोणत्या सवयी आत्मसात करणे आवश्यक आहे, याबद्दल मार्गदर्शन श्री. स्टिफन आर-कोवे (Stephan R-Covey) यांनी त्यांच्या 'सेव्हन हॅबिट्स ऑफ हायली इफेक्टिव्ह पीपल' या प्रसिद्ध ग्रंथात अतिशय प्रभावीपणे केले आहे. त्याचा हा गोषवारा:

सवय : सातत्याने घडणारे वर्तन म्हणजे सवय. कौशल्य (कसे करायचे), ज्ञान (काय करायचे) आणि इच्छा (करावेसे वाटणे) यांचा समन्वय म्हणजे सवय असेही म्हणता येईल.

तत्त्वे	सवयी	उद्दिष्ट
१. दृष्टिकोन आणि तत्त्वे		पार्श्वभूमी आणि भूमिका समजावून घेणे.

२. व्यक्तिगत विजय
    १. व्यक्तिगत दूरदृष्टीची तत्त्वे
 	
    २. व्यक्तिगत नेतृत्वाची तत्त्वे
 	
    ३. व्यक्तिगत व्यवस्थापनाची तत्त्वे
	सक्रियात्मक बना.
	
	अंतिम अवस्था लक्षात घेऊन सुरुवात करा.
	पहिल्या गोष्टी प्रथम करा.
		स्वतःच्या क्षमता समजावून घेणे, आत्मविश्वास वाढविणे आणि परावलंबनाकडून स्वावलंबनाकडे वाटचाल करणे.

३. सार्वजनिक विजय परस्परावलंबनाचा दृष्टिकोन		परस्परसंबंधात सुधारणा करणे.
४. परस्परसंबंधातील नेतृत्वाची तत्त्वे	तुम्ही–आम्ही दोघेही जिंकू अशा पद्धतीने विचार करा.	तिसरा सहशक्तीचे फायदे मिळवणारा पर्याय शोधणे आणि सर्वांना हितावह असणारे पर्याय शोधून समस्या सोडविणे.
५. दुसऱ्याशी मनोमन संवाद साधण्याची तत्त्वे	प्रथम इतरांना समजून घ्या व त्यानंतर त्यांनी तुम्हाला समजून घ्यावे अशी अपेक्षा करा.	
६. सर्जनशील सहकार्याची तत्त्वे	सहनशक्तीचे फायदे मिळवा.	
७. समतोल स्वयंनूतनी– करणाची तत्त्वे	करवतीला धार लावा.	वरील सहा सवयी अंगवळणी पाडणे.

या यशाच्या राजमार्गाची विभागणी प्रामुख्याने दोन टप्प्यात होते. पहिला टप्पा वैयक्तिक यशाचा आहे, त्यात स्वयंप्रेरणेने कार्य, अंतिम उद्दिष्ट डोळ्यापुढे ठेवून काम आणि प्राथमिक महत्त्वाच्या गोष्टी प्रथम करणे, या सवयींचा समावेश होतो. दुसरा टप्पा सामाजिक यशाचा आहे. यातही पुढील तीन महत्त्वाच्या सवयींचा समावेश होतो: 'तुम्ही–आम्ही दोघेही जिंकू' या पद्धतीने विचार करा. प्रथम इतरांना समजून घ्या व त्यानंतर त्यांनी तुम्हास समजून घ्यावे अशी अपेक्षा करा व तिसरी सहशक्ती (Synergy) निर्माण करा.

या सात सवयी आत्मसात करण्यापूर्वी त्यांच्या पाठीमागे असणाऱ्या काही संकल्पना, तत्त्वे आपण थोडक्यात समजावून घेऊ या.

सर्वसाधारणपणे एखादी बाह्य घटना घडते व आपण तिला अचानक प्रतिसाद देता. असा अंध प्रतिसाद न देता तो विचारपूर्वक द्या. म्हणजेच प्रतिक्रियात्मक न बनता सक्रियात्मक बना, असा श्री. कोवे यांचा आग्रहाचा सल्ला आहे.

उत्पादन व उत्पादनयंत्रणा

एक शेतकरी एके दिवशी कोंबडीने दिलेल्या सोन्याच्या अंड्यामुळे आश्चर्यचकित होतो. प्रथम त्याला हे खरे वाटत नाही. परंतु असे सोन्याचे अंडे रोज मिळू लागल्यावर हा शेतकरी श्रीमंत होऊ लागतो. हळूहळू त्याची लालसा वाढू लागते. त्यामुळे एक दिवस तो कोंबडीलाच ठार मारतो. पोटातील सोन्याची अंडी एकदम मिळावीत असा त्याचा विचार असतो, पण बिचारा सोन्याची अंडी देणारी कोंबडीही गमावून बसतो. आता रोज सोन्याचे एक अंडे मिळण्याची शक्यताही नाहीशी होते.

आपल्यापैकी अनेकजण नकळत अशीच चूक करीत असतात. 'कामे बरोबर करण्यावर भर असतो', परंतु आपण 'बरोबर' म्हणजे 'योग्य' तेच काम करीत आहोत का, याचा फारसा विचार होत नाही. 'कार्यक्षमता' महत्त्वाची वाटते पण 'काम प्रभावी व्हावे' हा मुद्दा मागे पडतो.

उत्पादनाच्या गडबडीत उत्पादनयंत्रणेकडे दुर्लक्ष केले जाते. येथे सोन्याचे अंडे हे उत्पादन (Production) तर कोंबडी ही उत्पादनयंत्रणा आहे. उत्पादनयंत्रणेची (Production capability) योग्य काळजी घेतली की उत्पादन हे मिळणारच.

तत्त्वप्रधान दृष्टिकोन : चारित्र्य, नीती हा तत्त्वप्रधान दृष्टिकोनाचा पाया आहे. व्यक्तिप्रधान दृष्टिकोन न ठेवता तत्त्वप्रधान दृष्टिकोन ठेवावयास हवा. त्यामुळे मनाची परिणामकता वाढते.

परिणामकारकता : निर्मिती व निर्मितीक्षमता यांच्यातील संतुलन म्हणजे परिणामकारकता.

भावनिक बँक खाते : हे आपल्या आयुष्यातील सर्वांत महत्त्वाचे खाते आहे. त्याचा व्यवहार खालीलप्रमाणे चालतो:

भांडवल : परस्परांवरील विश्वास.

जमा : दिलेला शब्द पाळणे, गोड बोलणे, प्रेमाने वागणे.

वजावट : दिलेला शब्द न पाळणे, अनुदार उद्गार.

दृष्टिकोन (Paradigm) : एखाद्या प्रसंगात भाग घेताना किंवा माणसांशी संबंध प्रस्थापित करताना, त्यांच्याशी व्यवहार करताना आपण आपल्या मनात तयार केलेल्या दृष्टिकोनातूनच ते करतो. आपले हे दृष्टिकोन हा एक प्रकारचा चष्मा असतो, एक प्रकारची चौकट असते. आपण जसा चष्मा घालू तसे जग आपल्याला दिसते. आपल्या दृष्टिकोनाचा, आपण परिस्थितीचे आकलन कसे करता यावर परिणाम होतो. आपला दृष्टिकोन दरवेळी परिपूर्ण असेलच असे नाही. त्यामुळे एखाद्या प्रसंगाचे वा परिस्थितीचे आपल्याला आंशिक, अपुरे किंवा क्वचित पूर्णतः चुकीचे आकलन (जाण) होते. म्हणून जग जसे आहे, तसे ते आपल्याला दिसत नाही. आपले दृष्टिकोन वास्तवाच्या जितके जवळ जाणारे असतील, तितके आपले जगाबद्दलचे आकलन अचूक होते.

काही प्रसंगांमध्ये आपल्याला आपले दृष्टिकोन बदलावे लागतात. आपल्याला येणारा प्रश्न सोडविण्यासाठी दृष्टिकोनातील परिवर्तनाचा खूप उपयोग होतो. जेव्हा माणसाच्या जीवनात खूप मोठे बदल होतात, तेव्हा त्यांच्या दृष्टिकोनात आमूलाग्र परिवर्तन झालेले असते. ज्या व्यक्तीला आयुष्यात मोठा बदल घडवायचा आहे, त्या व्यक्तीने स्वतःच्या दृष्टिकोनात परिवर्तनाची तयारी ठेवली पाहिजे.

सात सवयी अमलात आणल्या तर ?

आपला स्वआदर व आत्मविश्वास वाढेल. नातेसंबंध सुधारून इतरांचे अधिक सहकार्य लाभेल. मनातील उत्साह वाढेल. आपण आनंदी, साहसी व सृजनशील व्हाल.

प्रथम आपण परावलंबनाकडून स्वावलंबनाकडील प्रवासाचा विचार करणार आहोत. यासाठी खालील तीन सवयींचा समावेश व्हावा.

सवय पहिली – स्वयंप्रेरणेने कार्य करा (Be Proactive)

आपण स्वतःकरता स्वयंप्रेरणेने जे स्वतःला करावेसे वाटते तेच करणे व ती सवय कायम ठेवणे आवश्यक होय. व्यक्तिमत्त्वाच्या विकासाला अतिशय उपयोगी पडणारी ही पहिली महत्त्वाची सवय आहे.

पहिली सवय असे सांगते की, आपण भावनेऐवजी विचाराने प्रतिक्रिया द्या. आपण आवेग वा तात्कालिक भावना यानुसार प्रतिक्रिया देतो. उदा. रागाच्या भरात आपण अविचाराने बोलतो. नंतर त्याबद्दल आपल्याला वाईट वाटते. केलेल्या कृतीचे दुष्परिणाम आपल्याला जाणवू लागतात. त्याऐवजी आपण राग शांत झाल्यावर आपली प्रतिक्रिया व्यक्त केली तर ती आपल्या मूल्यांशी सुसंगत असते. तशी प्रतिक्रिया दिल्यावर आपल्याला पश्चात्ताप होत नाही. वेळोवेळी आपल्यावर परिणाम करणाऱ्या उद्दीपकांना (stimulus) आपण कशी प्रतिक्रिया द्यावी, हे ही सवय आपल्याला शिकविते.

माणूस इतर प्राण्यांपेक्षा वेगळा आहे. तो एकाच उद्दीपकाला वेगवेगळ्या प्रकारच्या प्रतिक्रिया देऊ शकतो. भविष्याचा विचार करता आपल्या प्रतिक्रिया आपल्या विचारांवर व मूल्यांवर आधारित असल्या पाहिजेत. आपल्या प्रतिक्रिया बाह्य घटकांवर अवलंबून असता कामा नयेत. तसे झाल्यास आपली आंतरिक शक्ती कमी होते. आपल्या हातून विचारपूर्वक, मूल्याधारित वर्तन घडण्यासाठी आपण इतरांशी सौहार्दपूर्ण संबंध प्रस्थापित केले पाहिजेत व स्वतःशी अत्यंत प्रामाणिक राहिले पाहिजे.

सवय दुसरी – अंतिम उद्दिष्ट डोळ्यासमोर ठेवून प्रारंभ करा (Begin with the end in mind)

यशस्वी झालेली बहुतांशी माणसे अपघाताने यशस्वी झाली नाहीत, तर त्यांनी काही उद्दिष्टे डोळ्यासमोर ठेवली आणि त्यांचा अविश्रांतपणे पाठपुरावा केला, म्हणूनच ती यशस्वी होऊ शकली. स्वतःसाठी थोडा वेळ द्या ! स्वतःच्या जीवनाची उद्दिष्टे नक्की करा. जुन्या चुकीच्या सवयी टाकून द्या. विफलता, अंधश्रद्धा, स्वप्नाळूपणा या चक्रातून बाहेर पडून 'कल्पकता', 'जागरूकता' व 'निर्मितीक्षमता' या मार्गाने प्रवास सुरू करा. आपल्या जीवनाची दिशा निश्चित करण्यासाठी आपल्या जीवनाचे ध्येय कोणते हे लिहून काढण्याचा उपयोग होतो. हा आपल्या जीवन मार्गातील दीपस्तंभ ठरू शकतो.

परिस्थितीला दोष देऊ नका. कोणत्याही परिस्थितीत ध्येयप्रेरित माणसे पाहिजे ते यश मिळवू शकतात. ऑस्ट्रियन मानसशास्त्रज्ञ व्हिकर फॅकेलचे उदाहरण फारच उद्बोधक आहे. हा हिटलरच्या तुरुंगात यमयातना भोगणारा माणूस केव्हा मरेल हे सांगता येत नव्हते. अशा अवस्थेत त्यांनी 'मॅन्स सर्च फॉर मिनिंग' या ग्रंथाची रचना केली. तो म्हणतो, ''कोणत्याही परिस्थितीत काय निवड करावयाची ही शक्ती माझ्यातच आहे. जगातली कोणतीही ताकद ती हिरावून घेऊ शकत नाही. कैदेतल्या काही कैद्यांना बाहेर काय आहे, असे विचारले असता बहुतेक जण मला गज दिसतात असे सांगतात, तर एखादाच मला तारे दिसतात असे म्हणतो.''

आपल्या अंतिम ध्येयाबद्दल टिपण तयार करा व त्याबरहुकूम वाटचाल करा हे ही सवय शिकवते.

सवय तिसरी – अधिक महत्त्वाची कृती प्रथम करा (First thing first)

पहिल्या दोन सवयींच्या आधारे आपण आपले जीवनध्येय निश्चित करतो. या ध्येयापर्यंतची मार्गक्रमणा लवकर कशी करता येईल हे तिसरी सवय आपल्याला शिकवते.

आपल्यापैकी बहुतेकांची तक्रार असते की, मला वेळ मिळत नाही. श्री. स्टिफन कोवे यांनी पुढील तक्ता काढून आपला वेळ कसा जातो हे दाखविले आहे. ही सवय आपल्या वेळाचे व आपल्या स्वतःचे व्यवस्थापन कसे करायचे हे शिकविते.

१.   तातडीची व महत्त्वाची कामे

२.   महत्त्वाची पण तातडीची नसलेली कामे

३.   तातडीची पण महत्त्वाची नसलेली कामे

४.   तातडीची आणि महत्त्वाची नसलेली कामे

पहिल्या प्रकारची कामे म्हणजे तातडीची व महत्त्वाची कामे, संकटकाळी करावयाची कामे, एखाद्या गोष्टीची कालमर्यादा संपत आल्यावर करायची कामे, दडपणामुळे करावी लागणारी कामे यांचा समावेश या प्रकारात होतो. उदाहरणार्थ, समोर जर आग लागलेली असेल तर ती विझवण्याचे प्रयत्न ताबडतोब करावे लागतात. हे तातडीचे आणि महत्त्वाचे असते.

दुसऱ्या विभागात अशा क्रियांचा समावेश होतो की, ज्या महत्त्वाच्या आहेत पण तातडीच्या नाहीत. उदाहरणार्थ, कामाचे नियोजन करणे, नातेसंबंध प्रस्थापित व विकसित करणे, आपत्तीचा प्रतिबंध करणे, व्यायामासाठी चालायला जाणे.

तिसऱ्या प्रकारची कामे अशी असतात की, जी तातडीची असतात. पण महत्त्वाची नसतात. काही फोन, काही बैठका, काही पत्रव्यवहार. आपले अधिकारी आपल्याला काही कामे सांगतात. आपल्याला ती महत्त्वाची नाहीत असे लक्षात येते. तरी आपण ती करतो. कारण ही कामे नंतर करीन हे सांगण्याचे धैर्य आपल्यात नसते.

चौथा प्रकार म्हणजे तातडीची व महत्त्वाची नाहीत अशी कामे. उगाच केलेला फोन, उगाच पाहिलेला टीव्ही, सहज चाळलेला मजकूर.

आपल्याला आपल्या वेळेचे योग्य व्यवस्थापन करायचे असेल तर पहिल्या प्रकारातले काम आवर्जून करा आणि चौथ्या प्रकारातल्या कृतीकडे दुर्लक्ष करा. त्याशिवाय तिसऱ्या प्रकारातील कृती कटाक्षाने टाळा आणि दुसऱ्या विभागातील कामावरच जास्त लक्ष व ताकद केंद्रित करा. आपल्या सर्व भूमिकातील सगळी कामे आपण एकट्यानेच केली पाहिजेत असे नाही. काही कामे आपण इतरांना नेमून देऊ शकता.

आता आपण स्वावलंबनाकडून परस्परावलंबनाकडे जाणार आहोत. त्यासाठी पुढील तीन सवयी उपयोगी पडतात त्यांचा आपण विचार करू.

चौथी सवय – तुम्ही आम्ही दोघेही जिंकू (Think win-win)

ही विचारसरणी नीट समजावून घेऊ या. सामान्यतः दुसऱ्या कोणाचे हरणे म्हणजे माझे जिंकणे असा विचार अनेकदा असू शकतो. उगाच वाद वाढायला नको म्हणून तात्पुरते 'जिंकणे-जिंकणे' हे भविष्यातील 'जिंकणे-हरणे' असते. 'जिंकणे-जिंकणे' किंवा व्यवहारच नाही ('नो-डील') हे अधिक चांगले आणि स्वयंप्रेरणेशी इमान राखणारे असते. ज्यांची मानसिकता विफलतेची असते त्यांची 'जिंकणे-जिंकणे' अशी विचारसरणी असते. कोणत्याही व्यवहारात परस्परांच्या जयाचा (फायद्याचा) विचार करा. फक्त आपल्या फायद्याचाच विचार नेहमी करता कामा नये. आपल्या बरोबरच दुसऱ्यालाही अपेक्षित गोष्टी मिळतील का? हा विचार दूरगामी फायद्याचा ठरतो.

पाचवी सवय – प्रथम इतरांना समजून घ्या आणि त्यानंतर त्यांनी आपल्याला समजून घ्यावे अशी अपेक्षा करा.

(Seek to understand and then to be understood)

आपण सर्वजण अनेकवेळा 'मला कोणी समजूनच घेत नाही' असा सूर लावतो. खरे तर इतरांना आधी समजून घ्यावे व नंतर त्यांनी आपल्याला समजून घ्यावे अशी अपेक्षा करावी. एकदा ही सवय लागली की इतरांचे सहकार्य मिळविणे सोपे जाते. व्यवस्थापनात 'ऐकणे' या गोष्टीला विशेष महत्त्व देण्यात आले आहे, त्याचेही कारण हेच आहे. दुसऱ्याचे म्हणणे नीट ऐकून घेण्यापूर्वीच आपण त्याला सल्ला द्यायला सुरुवात करतो. असे न करता दुसऱ्याचे म्हणणे पूर्णपणे मध्ये फारसे न बोलता ऐकून घेतलेत, तर ती व्यक्ती तिचे प्रश्न तुमच्याशी मोकळेपणाने मांडते. दुसऱ्या व्यक्तीचे बोलणे तिच्याशी समरस होऊन ऐकले तर त्यास 'सहानुभूतीपूर्वक श्रवण' असे म्हणतात. असे श्रवण करताना सांगणाऱ्या व्यक्तीच्या डोळ्यातील, चेहऱ्यावरील हावभाव, आवाजातील चढउतार या गोष्टींकडे लक्ष देणे उपयुक्त ठरते. कारण शब्दापेक्षा अभाषित गोष्टीच भावना जास्त चांगल्या पद्धतीने व्यक्त करतात.

सहावी सवय – सहशक्ती (Synergy)

सर्जनशील सहकार्यातून सहशक्तीपरिणाम साधता येतो. एक अधिक एक म्हणजे दोन न राहता तीन किंवा अकराही होऊ शकतात. असे झाले म्हणजे सहशक्तीपरिणाम साधला असे म्हणता येते.

माणसामाणसातील भेद लक्षात घेऊन त्यांचे मोल ठरविणे, यात महत्त्वाचे असते. असे भेद मानसिक, भावनिक आणि मनोवैज्ञानिक पातळीवर असू शकतात. लोक आपल्या दृष्टिकोनातून जग पाहात असतात हे लक्षात घेतले, म्हणजे माणसामाणसातल्या भेदांचे मोल कसे करायचे हे समजते. तिसरा पर्याय पुढे येतो आणि तो सर्वांच्याच हिताचा असतो.

सातवी सवय – करवतीला धार लावा (Sharpen your saw)

करवतीला धार लावायची तर काम थांबवावे लागते. आपण स्वतः आपली सर्वांत महत्त्वाची साधनसामग्री असता ती ठाकठीक ठेवणे, तिची देखभाल करीत उत्पादनक्षमता वाढविणे, हे या सवयीमुळे शक्य होते. शारीरिक, मानसिक, भावनिक आणि आध्यात्मिक अशी चार परिमाणे मिळून आपली प्रकृती बनलेली असते, तिचे संवर्धन करा.

शारीरिक तंदुरुस्ती राखणे हे आपले प्रत्येकाचे आद्यकर्तव्य आहे. आपले आरोग्य कसे चांगले राखायचे व त्याचे संवर्धन कसे करावयाचे हे आपणा सर्वांना माहिती असायला हवे. त्यासाठी योग्य आहार व व्यायाम या गोष्टींकडे लक्ष द्यायला हवे.

शारीरिक क्षमतेबरोबरच मानसिक क्षमतेसाठी आपण विचार करावयास हवा. आपल्या क्षमतेचा ऱ्हास होऊ नये म्हणून बुद्धीला सतत चालना द्यावयास हवी. चांगले वाचन, लेखन व श्रवण यामुळे आपली बौद्धिक क्षमता वाढू शकते. आध्यात्मिक क्षेत्रात आपली प्रगती होण्यासाठी मी कोण आहे? माझ्या जीवनाचा हेतू काय? अशा प्रश्नांची उत्तरे शोधण्याचा प्रयत्न करावयास हवा. विविध आध्यात्मिक ग्रंथांचे वाचन, निसर्गसान्निध्य, उपासना, प्रार्थना, ध्यान–धारणा, योग इत्यादी मार्गांचा उपयोग आध्यात्मिक प्रगती साधण्यासाठी आपण करू शकतो. त्याचबरोबर या सातही सवयी सतत सरावात असल्या म्हणजे त्यावर गंज चढणार नाही.

प्रभावी लोकांच्या अत्यंत परिणामकारक अशा या सात सवयी मानवी जीवनास परिपूर्णता देण्यास समर्थ आहेत. एवढेच नव्हे तर संघटनेच्या कार्यासाठी, उद्योगधंद्यात, सरकारी कामात आणि सार्वजनिक कार्यात या सवयींचा परिणामकतेसाठी उपयोग होऊ शकतो. या सवयी आचरणात आणणे कठीण असले तरी अशक्य मात्र नाही हं !

▫▫

२१

तीन जादूई शब्द 'चुकलो माफ करा!'

एकदा मी माझ्या मित्राकडे गेलो होतो. मित्र अजून कामावरून यायचा होता. वहिनींशी इकडच्या तिकडच्या गप्पा मारत असतानाच स्वारी आली. लग्नातील समस्यांवर समुपदेशकाचे काम तो करीत होता. येताक्षणीच खूप निराश आणि थकलेला वाटला. मला म्हणाला, ''प्रकाश ! अरे, मी इतका कंटाळलो आहे की मला वाटते, मी जाहीर करावे की, घटस्फोटाच्या उंबरठ्यावर उभ्या असणाऱ्या या जोडप्यांना त्यांचा संसार परत उभारण्यासाठी कुणीतरी मला एखादे 'जादूई सूत्र' द्यावे.'' असे म्हणून हातपाय धुवून तरतरीत होऊन स्वारी परत आली. दोन भेटीच्या मधल्या काळात घडलेल्या घटनांवर दिलखुलास गप्पा झाल्या. चहापाणी झाले आणि घरी परतलो. पण मित्राने विचारलेल्या प्रश्नाने जरा गंभीर आणि सर्वसाधारण रूप घेतले आणि विचारचक्र सुरूच राहिले. फक्त लग्नाच्याच बाबतीत काय, पण इतर अनेक प्रसंगी दोन व्यक्तींमध्ये काही क्षुल्लक कारणाने मतभेद होऊन दुरावा निर्माण होतो तेव्हा त्यांच्यात दिलजमाई कशी करायची, ही समस्या निर्माण होते.

अशा समस्या सोडविण्याचा रामबाण उपाय म्हणजे यावर प्रभावी 'विचारमंथन' घडवून आणायचे. भेटणाऱ्या प्रत्येकाजवळ ही समस्या बोलून दाखवायची ही माझी पद्धत. अशाच चर्चेतून ज्ञानवृद्ध अशा माझ्या सासऱ्यांच्या कानावर या गोष्टी गेल्या. जीवनातील अनेक समस्यापूर्तीचा त्यांचा अनुभव दांडगा. ''या समस्येवर एक रामबाण उपाय मी तुला सांगू का?'' त्यांचा प्रश्न. अर्थातच मी 'होय' म्हणालो. त्यावर ते म्हणाले, ''हे वाक्य तीन शब्दांनी बनलेले आहे. त्याचा प्रभावीपणे वापर केल्यास मनुष्य संबंधातील अनेक समस्या अलगद सुटतात. व्यक्तिसंबंधात जेव्हा तणाव निर्माण होतो त्या त्या वेळी दोघांनीही या वाक्याचा उपयोग करण्यासाठी प्रयत्न करायला हवा. 'चुकलो, माफ कर!' तुझ्या लक्षात येईल, खूपच प्रभावी वाक्य आहे हे.'' या वाक्याचा वापर करण्यास आणि करवून घेण्यास मी सुरुवात केली आणि माझ्या लक्षात आले, खरोखरच त्याचा उत्तम परिणाम होतो, खूपच उपयोगी पडते हे वाक्य. दोन-तीन साधे प्रयोग केल्यावर माझ्या समुपदेशक मित्राला ही युक्ती सांगितली. त्यालाही या वाक्यातली प्रचंड ताकद लक्षात आली. त्याने विकसित केलेली एक कल्पना. तो म्हणतो, ''घटस्फोट मागणाऱ्या जोडप्यांशी मी बोलत असे. एकदोनदा बोलल्यावर त्यातील प्रत्येकाला स्वतंत्रपणे विचारीत

असे. तुला सहन कराव्या लागणाऱ्या यातनांची मी कल्पना करू शकतो. त्याबद्दल मलाही मनापासून सहानुभूती वाटते. परंतु मला तुझ्या आयुष्यातील अशी एकच गोष्ट सांग की तुझ्या त्या वागण्याचा तुला आजही पश्चात्ताप होतो आहे.'' अशा गप्पागोष्टीत एकमेकांबद्दल कितीही आकस असला तरी, प्रत्येकाकडून अशा काही घटना मला कळत की त्याबद्दल त्यांना खरोखरच त्यांची चूक लक्षात येत असे. मग मी त्यांना एकत्र बोलावून त्यांनी मला सांगितलेली गोष्ट एकत्र सांगण्यास विनंती करीत असे. दोघांच्या संबंधात असणारा कडवटपणा थोडाफार कमी होण्याची सुरुवात होण्यासाठी ही बैठक पुरेशी होत असे.''

प्रामाणिक पश्चात्ताप हा चूक कबूल करण्यापेक्षा कितीतरी उपयुक्त ठरतो. यामुळे आपण काही तरी बोललो किंवा कृती केली, त्यामुळेच आपले संबंध बिघडले याची जाणीव व्हायला सुरुवात होते. ज्या संबंधाबद्दल आपल्याला आदर होता, जे आपल्याला हवेसे वाटत होते; ते दुरुस्त करावेत, परत प्रस्थापित व्हावेत असे वाटू लागत असे. आपली चूक झाली ही गोष्ट कबूल करणे सोपे नाही, परंतु या भावनेमुळे संबंधातील अहंपणा कमी व्हायला सुरुवात होत असे. त्यामुळे झालेली जखम स्वच्छ होण्यास आणि भरू लागण्यास वेग येई.

आपण माणूस आहोत, परमेश्वराचे अपूर्ण उत्पादन आहोत. म्हणूनच आपणा सर्वांना एखाद्या गोष्टीबद्दल माफी मागण्याची कला अवगत व्हायला हवी. जैन धर्मात तर वर्षातून असा एक दिवस पाळतात की अनवधानाने झालेल्या चुकांची माफी मागणे हे आपोआपच शिकता येते. किती समर्पक आणि उपयुक्त पद्धत आहे नाही? जैन मंडळी हा दिवस 'क्षमा याचना दिन' म्हणूनच पाळतात. आपल्या परस्परसंबंधाचा, शांत बसून मागोवा घ्या. त्यावर अलिप्तपणे विचार करा. म्हणजे तुमच्या लक्षात येईल की आपण किती उतावीळपणे निर्णय घेत असतो, किती निर्दयपणे वागत असतो. नाते वा संबंधाची पर्वा न करता वागत असतो. तेव्हा आपल्या हातून झालेल्या अशा प्रसंगांची उजळणी करा की, त्याबद्दल आपल्याला दुःख होते आहे. त्यानंतर विचार करा, की अशा प्रसंगांनंतर आपण किती वेळा 'चुकलो, माफ करा !' असे मनापासून आणि प्रामाणिकपणे म्हटले आहे !

थोडा बारकाईने विचार केला तर आपल्या लक्षात येईल, की जेव्हा आपल्या हातून एखादी चूक झाल्याची आपल्याला जाणीव होते, तेव्हा आपल्या हृदयात धडधडते. आपल्या श्वासाची गती बदलते. आपल्या शरीर यंत्रणेचा समतोल ढासळतो. आपण त्याबद्दल दुःख व्यक्त करेपर्यंत ही अवस्था सुरूच असते. माफी मागताना मनात एक संशय असतो, तो म्हणजे यामुळे अशा प्रसंगाची पुनरावृत्ती तर होणार नाही ना? आपल्याला सतत अशाच प्रसंगाला सामोरे तर जावे लागणार नाही ना? सतत कमीपणा तर घ्यावा लागणार नाही ना? अर्थात असा थोडा धोका आहेच. परंतु मला असे वाटते की संबंध

कायमचे बिघडवण्यापेक्षा हा धोका बराच कमी आहे.

माझ्या आयुष्यात घडलेला एक प्रसंग सांगतो. माझ्या आईला सहसा दुखवायचे नाही असा माझा प्रयत्न असे. परंतु हे नेहमीच शक्य होत नसे. न कळत का होईना काही प्रसंग असे झालेच. त्यातला मनाला बोचणी लावून गेलेला प्रसंग असा. एकदा आई फोनवर बोलत होती. मी थोड्या वेळासाठी बाहेर जाऊन आलो तरीही तिचे फोनवर बोलणे चालूच होते. न राहून थोड्या रागानेच मी तिला म्हणालो, ''अग आई, किती वेळ फोनवर बोलते आहेस?'' आईने जवळ जवळ लगेचच फोन ठेवला. डोळ्यातले पाणी लपवित म्हणाली, ''अरे, ताईची (बहिणीची) तब्बेत बरी नाही. त्यामुळे माधुरीशी (सुनेशी) बोलत होते आणि वेळेचे भानच राहिले नाही बघ.'' क्षणार्धातच माझी चूक माझ्या लक्षात आली. काय झाल असतं अर्धा तास अजून बोलली असती तर? फोनचं बील १००–२०० रुपयांनी वाढलं असतं इतकंच ना ! जी माऊली आपल्यासाठी निरपेक्षपणे आयुष्यभर झिजली तिच्यापुढे त्याची काय किंमत? मनाच्या क्षुद्रतेची जाणीव झाली आणि भावविवश होऊन म्हणालो, ''चुकलो, माफ कर!'' क्षणार्धात तिने मला जवळ घेतले. पाठीवर हात फिरवीत म्हणाली, ''अरे वेड्या, मुलाचे बोलणे आई कधी मनावर घेते का? विसरून जा ते.'' सर्व तीन शब्दांनी झालेला बदल आणि आईच्या मायेने गाठलेली उंच पातळी आजही आठवणीत ताजी आहे. चुकीबद्दल प्रामाणिकपणे आतून मागितलेली क्षमा मनातील संताप वितळवते. परस्परसंबंधातील संतापाची आठी होऊच देत नाही.

क्षमा मागायच्या काही मार्गदर्शक युक्त्या अशा

○ कधी कधी समोरासमोर शब्दांनी माफी मागणे शक्य नसते, अशा वेळी तसे संकेत पाठवावेत. एखादे गुलाबाचे फूल किंवा चिठ्ठी, जेवणाच्या टेबलावरील किंवा बिछान्याच्या उशीजवळील छोटीशी पण कल्पक भेटवस्तू, पाठीवर केलेला प्रेमाचा स्पर्श, बिघडलेला संवाद परत सुरू करण्यास उपयुक्त ठरतो. हृदयाच्या अबोल भाषेची ताकद लक्षात घ्या. तिला कमी लेखू नका.

○ लक्षात ठेवा, क्षमा म्हणजे अपमान किंवा कमीपणा नाही. हा तर प्रामाणिकपणा आणि मनाची परिपक्वता दाखवतो. मोठी मनेच माफी मागू शकतात.

○ उदार मनाने मागितलेली आणि केलेली क्षमा आपल्या हातून घडलेल्या चुकीच्या गोष्टी बरोबर करण्याचा प्रामाणिक प्रयत्न असतो आणि म्हणूनच तो आदरणीय आहे.

- क्षमा मागण्याची योग्य संधी पकडा. उशीर केल्यास गोष्टी अधिक कठीण आणि कधी कधी तर त्या अशक्यच होतात.
- दोघांनाही आदर असणाऱ्या एखाद्या मित्राच्या मदतीने आपल्या भावना का दुखावलेल्या आहेत आणि आपल्याला त्या मनातून काढून टाकायच्या आहेत हे कळवणे सोपे जाते. त्यामुळे दोघांनाही परिस्थितीचा विचार करण्यास संधी मिळते. दुसऱ्याच्याही त्याच भावना असल्यास परिस्थिती एकदम निवळते. आपसातील अहं एकदम निवळतो.
- केवळ कोणीतरी सांगते आहे म्हणून किंवा उपचार म्हणून आपली चूक नाही अशी खात्री पटत असेल तर क्षमा मागू नका. माफी मागण्यात खरा पश्चात्ताप आणि प्रामाणिकपणा नसेल, तर झालेल्या जखमा भरून येण्याची प्रक्रिया सुरू होऊच शकत नाही.
- पश्चात्तापाच्या भावना आणि क्षमा मागण्याची गरज, यातील फरक समजावून घेण्याचा प्रयत्न करा. उदाहरणार्थ, एखाद्या माणसाला अकार्यक्षमतेमुळे किंवा त्याच्या अप्रामाणिकपणामुळे शिक्षा करायची असेल तर आपल्याला वाईट वाटेल; पण अशा प्रसंगी माफी मागण्याची गरज नाही.

जर आपल्याला असे वाटत असेल की आपण एखाद्या व्यक्तीची माफी मागायला हवी, जिला आपण दुखावले आहे. आपल्या हातून कुणाचे काहीतरी वाईट झाले असेल, एखाद्याला आपण पारखण्यात घाई केली असेल, कुणाकडे तरी आपले दुर्लक्ष झाले असेल तर ताबडतोब काहीतरी करायला हवे. एखादी चिठ्ठी पाठवा, फोन करा. एखादी छोटीशी पण कल्पक भेट पाठवा, की जी वस्तू बोलेल. आपल्या संबंधात जी अढी निर्माण झाली आहे, जी भिंत उभी राहात आहे, त्याबद्दल मला दुःख होत आहे आणि ही दरी मला भरून काढायची आहे. त्यातील काही किंवा संपूर्ण दोष घ्यायला मी तयार आहे. या संकेताचा आपण फायदा घेऊया. तीन अत्यंत प्रभावी शब्द लक्षात ठेवा, ''चुकलो, माफ करा''. आणि योग्यवेळी चिक्कूपणा न करता या शब्दांचा उपयोग करीत रहा !

□□

२२

व्हॅल्यू इंजिनिअरींग (मूल्य अभियांत्रिकी)

'व्हॅल्यू इंजिनिअरींग' ही एक अद्वितीय आणि नावीन्यपूर्ण कार्यपद्धती आहे. हे एक मान्यताप्रद कामाचे तंत्र आहे. यात कोणतेही यंत्र, उत्पादन, कार्यपद्धती, प्रक्रिया किंवा सेवा यांचे नेमके कार्य काय आहे याचा अभ्यास केला जातो. त्यातून त्या गोष्टीच्या कार्याला कोणतीही बाधा न आणता तेच उद्दिष्ट कमी किमतीत कसे साध्य करता येईल यावर भर देऊन त्यात सुधारणा केल्या जातात. त्यात या गोष्टीच्या मूळ उपयोगात अथवा कार्यात कोणतीही तडजोड केली जात नाही. उलट त्यामुळे या गोष्टीचे मूल्य कसे वाढेल याचाच विचार केला जातो.

या कार्यपद्धतीचा उगम दुसऱ्या महायुद्धाच्यावेळी अमेरिकेत कच्चा माल आणि पैशाची कमतरता असताना संबंधित कामगारांच्या व्यापक आणि कल्पक सहभागातून झाला. येत्या काही वर्षात गुणवत्तेबरोबरच उत्पादनांच्या कमी किमतीची स्पर्धात्मक गरज उत्पादकांना जाणवू लागली. तेव्हा या कार्यपद्धतीचा चांगलाच विकास झाला आणि उच्च व्यवस्थापनाचा प्रचंड पाठिंबा या तंत्राला लाभला.

व्हॅल्यू इंजिनिअरींगमध्ये व्हॅल्यु म्हणजे 'मूल्य'. मूल्य याचा अर्थ त्या गोष्टीकडून अपेक्षित मूलभूत कामाची पैशातील किंमत आणि उत्पादन किंवा सेवेची बाजारातील किंमत यातील नातेसंबंध होय. याचाच अर्थ असा की, अपेक्षित खात्रीशीर कार्य जर कमीत कमी पैशात करता आले तर त्याचे मूल्य अधिक होईल.

दुसऱ्या शब्दात असेही सांगता येईल की व्हॅल्यू इंजिनिअरींग ही शास्त्रशुद्ध कार्यपद्धती आहे, की ज्यामुळे उत्पादन, वस्तू किंवा सेवा यांच्या कार्याचा नेमका अभ्यास करून त्यांचे मूल्य वाढविता येते. येथे 'मूल्य' म्हणजे त्या वस्तूचे अगर सेवेचे कार्य आणि त्यासाठी येणारा खर्च कमी व्हायला हवा. व्हॅल्यू इंजिनिअरींगचा मूलभूत सिद्धान्त असा आहे की, वरील परिणाम साध्य करीत असताना वस्तूच्या अथवा सेवेच्या गुणवत्तेशी कोणतीही तडजोड व्हायला नको.

व्हॅल्यू इंजिनिअरींग म्हणजे 'काय आणि कसे', या प्रश्नांची सततची सोडवणूक होय. दुसऱ्या महायुद्धाच्यावेळी 'जनरल इंजिनिअरींग' (G.E.) या कंपनीने हे तंत्र वापरायला सुरुवात केली. निरर्थक आणि उपयोग नसणाऱ्या गोष्टी काढून टाकून वस्तूंच्या अथवा सेवांच्या उत्पादनाचा खर्च कमी करण्यावर व्हॅल्यू इंजिनिअरींगचा जोर असतो. कामात कोणतीही तडजोड न करता त्यांचे मूल्य अधिक वाढविले जाते.

पैशाच्या मूल्याचे खालील प्रकार आहेत:

- उपयोगाचे मूल्य
- दिखाऊपणाचे मूल्य
- विनिमयाचे मूल्य
- खर्चाचे मूल्य

या वर्गीकरणात वस्तूंचे मूलभूत कार्य आणि दुय्यम कार्य यांचा विचार केला जातो. इथे मूलभूत कार्य म्हणजे, वस्तूचा अथवा सेवेचा प्रमुख उद्देश तर दुय्यम कार्य प्रमुख उद्देशास मदत करणारे असते आणि ते रचनात्मक विचारसरणी कशी आहे याचा परिणाम असते. व्हॅल्यू इंजिनिअरींग ही अतिशय शास्त्रशुद्ध आणि पद्धतशीर विचारसरणी आहे. त्यातील प्रमुख पायऱ्या खाली दिल्या आहेत. यांचा वापर करून समस्यांचे समाधान केले जाते.

अ. माहिती गोळा करणे.

ब. कार्य आणि उपयोग समजावून घेणे.

क. कल्पना आणि तर्क लढविणे.

ड. विविध पर्यायांचे मूल्यमापन करणे.

इ. निवडलेल्या पर्यायांची अंमलबजावणी करणे.

फ. योजलेल्या कार्यपद्धतीचा पाठपुरावा करणे.

सोप्या शब्दात 'व्हॅल्यू इंजिनिअरींग' म्हणजे वस्तूचा किंवा सेवेचा मुख्य उपयोग तसाच ठेवून अथवा त्यातही सुधारणा करून तिच्या कच्च्या मालाची अगर निर्मितीच्या प्रक्रियेची किंमत कमी करणे होय. यातील महत्त्वाची गोष्ट अशी आहे की, ही कार्यपद्धती अमलात आणताना व्यवस्थापनाच्या प्रचलित कार्यपद्धतीत किंवा धोरणात कुठेही संघर्ष निर्माण होऊ दिला जात नाही. खरं तर व्हॅल्यू इंजिनिअरींगमुळे संस्थेच्या कार्यक्षमतेत आणि परिणामकारकतेत भरच पडत असते. त्यामुळे संस्थेची स्पर्धात्मकता वाढते.

व्हॅल्यू इंजिनिअरींग गटाने केलेल्या सकारात्मक आणि यशस्वी प्रयत्नांना उच्च व्यवस्थापनाने योग्य प्रसिद्धी आणि मान्यता देणे फार महत्त्वाचे ठरते. त्यामुळे संस्थेतील इतर विभागांचाही या प्रयत्नांना भरघोस पाठिंबा आणि सहभाग लाभतो. व्हॅल्यू इंजिनिअरींगमुळे गटाचे मनोधैर्य वाढते आणि संस्थेत या विचारसरणीचा उपयुक्त प्रसार होतो. सर्व कामगारांमध्ये खर्चाची परिणामकारक जाणीव वाढते. संस्थेत उत्पादन आणि खर्च यांची सांगड घालणारी संस्कृती निर्माण होते.

व्हॅल्यू इंजिनिअरींग ही संकल्पना अधिक स्पष्ट होण्यासाठी दैनंदिन व्यवहारात आणि

सर्वसामान्यांच्या सहज लक्षात येतील अशी काही उदाहरणे पाहू:

१. 'ओव्हन फ्रेश' पाव आपणा सर्वांच्या परिचयाचा आहेच. तो जेव्हा सुरू झाला तेव्हा प्लॅस्टिकच्या पिशवीत घालून पारदर्शक सेलो टेप लावून त्या पिशवीचे तोंड चिकटवले जात असे. पुढे सुधारणा म्हणून यासाठी रबरबॅण्डचा वापर करण्यात येऊ लागला. आणि आता तर यासाठी प्लॅस्टिकची एक छोटी तबकडीच वापरली जात आहे.

२. आपण नेहमी आपल्या दैनंदिन कामात कागद वगैरे जोडण्यासाठी 'स्टेपलर'चा वापर करतो. त्याचा आकार बराच मोठा असे. आता त्याचा आकार जवळ जवळ निम्मा झाला आहे आणि त्याच सहजतेने व अधिक सुलभतेनेच आपण त्याचा वापर करू लागलो आहोत.

३. पूर्वी आपण वापरत असलेल्या 'यू' क्लिपचा आकार दोन्ही बाजूला इंग्रजी यू असा होता. आताची नवीन क्लिप आपण पाहिली तर ती एका बाजूला सपाट तर दुसऱ्या बाजूला इंग्रजी व्ही आकाराची असते. कच्चा माल कमी लागून प्रक्रियाही सोपी झाली आहे.

सध्याच्या व्यावसायिक वातावरणाचा मूलभूत विचार केला, तर गुणवत्ता ही 'स्पर्धात्मक तिक्षणा' Competetive Edge राहिलेली नाही. तर ती प्रवेशाचा परवाना, व्हिसा झाली आहे. म्हणजे गुणवत्ता नसेल तर आपण कोणत्याही व्यवसायात प्रवेशच करू शकणार नाही किंवा असलेल्या व्यवसायात टिकू शकणार नाही. 'स्पर्धात्मक तिक्षणा' टिकवायची असेल किंवा मिळवायची असेल तर आपल्या कामात गुणवत्ता ही हवीच. पण त्याचबरोबर आपल्या उत्पादनाची किंवा सेवेची किंमत कमी असण्याला अतिशय महत्त्व निर्माण झालेले आहे. यासाठी व्हॅल्यू इंजिनिअरींग या कार्यपद्धतीला, विचारसरणीला पर्याय राहिलेला नाही. आता तर उत्पादनाच्या रचनेपासूनच व्हॅल्यू इंजिनिअरींग या विचारसरणीचा आणि तंत्राचा वापर सुरू झालेला आहे.

□□

२३

वेळेची सप्तपदी (दिवसाचे तास पंचवीस)

आयुष्य आनंदात घालविण्यासाठीचा वेळ दिवसेंदिवस कमी होतो आहे. परंतु आठवड्यातील कामाचे तास मात्र वाढत आहेत, असे एका पाहणीत आढळून आले आहे. एकीकडे हे चित्र दिसते आहे, तर दुसरीकडे अतिशय व्यग्र उद्योजक आपल्या उत्तुंग कामाच्या व्यापात असूनही आपल्या कुटुंबासाठी योग्य वेळ देतात. समाजकार्यास वेळ देतात व आपले छंदही जोपासतात. अशी काही व्यग्र माणसे व उद्योजक मित्रांकडून गोळा केलेला हा उपदेश.

१. योजना करा

आपल्याला अपरिचित असलेल्या रस्त्यावरून फिरताना आपण नकाशा घेतल्याशिवाय प्रवास करू काय? वेळेच्या व्यवस्थापनातील सर्वच तज्ज्ञ हे मानतात की, आपण जेव्हा भविष्याच्या योजना करीत असतो ते क्षण आपल्या आयुष्यातील सर्वांत महत्त्वाचे आणि उत्पादक क्षण असतात. आपल्या असे लक्षात येईल की, जेव्हा आपण भावी योजना करण्यासाठी काही मिनिटे घालवतो तेव्हा आपण भविष्यातील अंमलबजावणीतील काही तास तर नक्कीच वाचवीत असतो. शिवाय मेंदूला अनेक गोष्टी लक्षात ठेवण्याच्या ताणापासूनही मुक्त करीत असतो. अनेक कामात जेव्हा आपण व्यग्र असतो तेव्हा या गोष्टी लिहून ठेवा आणि मेंदूला जास्त उत्पादक व कल्पक कामासाठी मोकळे ठेवा.

प्रत्येक दिवशी त्या दिवसातील कामाची यादी तयार करा. आपल्याजवळ दहा किंवा त्यापेक्षा कमी गोष्टी करावयाच्या असतील तेव्हा आकड्यानुसार क्रमवारी ठरवा; पण जेव्हा कामाची यादी यापेक्षा बरीच मोठी होते, तेव्हा अ, ब आणि क म्हणजेच महत्त्वाचे, सर्वसाधारण व कमी महत्त्वाचे असे तीन गट करा. यासाठी वेगवेगळ्या रंगांचाही उपयोग करता येईल. आपल्या वेळेचे योग्य नियोजन करीत कार्यालय, घर व समाजकार्यात हिरिरीने भाग घेणारे आणि महत्त्वपूर्ण भूमिका निभावणारे अनेक महिला व पुरुष मला माहीत आहेत.

२. आपला कार्यक्षम वेळ योग्यप्रकारे वापरा

महत्त्वाचे काम करण्यास योग्य काळ कोणता? एका वैद्यकीय अभ्यासात खालील निष्कर्ष काढला आहे. माणसाच्या शरीराचे सर्वसाधारण तापमान दिवसभरात साधारणतः तीन अंशांनी कमी –जास्त होते. या बदलणाऱ्या तापमानाचा माणसाची कार्यक्षमता आणि त्याच्या मनाची चंचलता यांच्याशी विशिष्ट संबंध आहे. कामाच्या कार्यक्षमतेत त्यामुळे बदल होतो.

सकाळी जाग आल्यावर नुसतेच अंथरुणात पडून राहिल्याने आपला उत्पादक वेळ विनाकारण वाया जातो. खूप वर्षांपूर्वीच मी एक युक्ती शिकलो की, जाग आल्याबरोबर आळसात लोळत न पडता ताबडतोब उठायचं. या सवयीमुळे दररोज माझी ३० ते ४० मिनिटे वाचतात. एका खूप व्यस्त माणसाने मला ही युक्ती सांगितली की, त्याला जाग आल्यावर पटकन तो अंथरुणातून बाहेर पडतो. अंथरुणात पडून राहाणे म्हणजे आपल्यासमोर वाढून ठेवलेल्या गोष्टींचा सामना पुढे ढकलणेच नव्हे का? या लोळण्यात खरी विश्रांतीही मिळत नाही आणि वेळ मात्र वाया जातो.

सकाळचा वेळ काम करण्यासाठी अगदी उत्तम असतो. त्या नंतरचा काळ सर्वसाधारण निर्णय प्रक्रियेस योग्य असल्यामुळे उत्पादक व महत्त्वाच्या बैठकांचे आयोजन या वेळात करणे योग्य असते. त्यानंतरच्या काळात ऊर्जेची पातळी खाली जाते. हा काळ वामकुक्षीस योग्य असतो. साधारणतः दुपारी २ ते ३ यावेळी वेदना, संवेदना कमी होऊ लागतात. पुढील काळात स्नायूबळ उत्तम राहाते. नंतर शरीर शिथिल होऊ लागते. मनही खूप स्वस्थ होते. रात्री १ ते पहाटे ३ या वेळात शरीर व मनाची सतर्कता अत्यंत कमी होऊ लागते. हा सर्वसाधारण अनुभव सांगितलेला आहे. तो व्यक्तीप्रमाणे बदलतो. वरील माहितीचा वापर करून असा धडा शिकायचा की आपले अवघड काम आणि कल्पक विचार यासाठी उच्च उत्पादक तास म्हणजेच सकाळचा वेळ वापरण्यात यावा. तर कमी उत्पादक तासांचा वापर वर्तमानपत्राचे वाचन, स्वच्छता, आलेल्या कागदपत्रांचे वर्गीकरण आणि काही व्यक्तींच्या भेटीगाठी यासाठी करावा. अशाप्रकारे आपली मानसिक स्थिती ओळखून आपण वेळेचा सुंदर उपयोग करू शकतो.

३. टेलिफोनशी मैत्री करा

टेलिफोन हे असं गमतीदार उपकरण आहे की, ते खूप वेळ वाचवू शकते किंवा प्रचंड वेळ वायादेखील घालवू शकते. या उपकरणावर बोलावयाच्या वेळेवर योग्य नियंत्रण, बंधन घालून घ्या. मग आपली मर्यादा संपताच पलीकडील माणसाला योग्य इशारा द्या. 'संभाषण संपण्यापूर्वी' असे वाक्य आपल्याला वापरता येईल.

आपण दुसऱ्याला फोन करण्यापूर्वी, आपण हा फोन कशासाठी करीत आहोत याचे उद्दिष्ट स्पष्ट असू द्या. आपल्याला एकापेक्षा जास्त विषयांवर संभाषण करावयाचे असल्यास त्याची यादी जवळ ठेवणे हिताचे ठरते. म्हणजे काही मुद्दे राहून जात नाहीत व संभाषण योग्य मार्गावर राहाण्यास त्याची मदत होते. व्यस्त माणसे थेट मुद्द्यावर बोलणे, चर्चा करणे पसंत करतात. आपण नेहमी फोन करतो त्या व्यक्ती केव्हा थोड्या मोकळ्या असतात याची यादी ठेवा. शक्यतो अगोदर वेळ ठरवून फोन करणे सर्वांत उत्तम. माझा एक स्नेही मोबाईल करण्याआधी एस्. एम. एस्. पाठवतो.

४. पूर्व नियोजित वेळ न ठरवता येणारे लोक

अनेक व्यवस्थापकांना माझी केबीन सर्वांसाठी नेहमीच खुली असते असे म्हणण्यात मोठा अभिमान वाटतो. असे व्यवस्थापक बहुधा अनेक सुसंवाद, चर्चा निर्माण करतात. परंतु त्यातून फारशी ठोस कामे मात्र करू शकत नाहीत.

अगदी खुली अथवा अगदी बंद केबीन यामधील सुवर्णमध्य म्हणजे अर्धवट उघडी केबीन. याचा अर्थ व्यवस्थापक कुणालाही केबीनमध्ये येऊ देत नाही. पण तातडीची गरज असल्यास कुणालाही आत प्रवेश दिला जातो. आपल्या भरगच्च कार्यक्रमात कोणी अनपेक्षित माणूस आल्यास त्याची क्षमा मागून योग्यवेळी त्याला परत बोलवावे हे हिताचे ठरेल. मात्र ही वेळ आपल्या कमी कार्यक्षमतेची व कमी व्यग्रतेची असावी.

५. कागदपत्रांची क्रमवारी ठरवा

आपण आपल्या दैनंदिन जीवनातील अनेक तास लिहिणे, वाचणे, फाइलींग करणे व कागदांची शोधाधोध करणे यात आणि अशा कागदोपत्री कामात घालवीत असतो. नंतर कधीसुद्धा अशा फाईल केलेल्या कागदांकडे ढुंकूनही बघत नाही. या समस्येवर मात करावयाची असेल तर आपल्या कागदपत्रांची तीन गटात विभागणी करता येईल. ती अशी : (१) काम करावयाची कागदपत्रे (ज्यात स्वतः किंवा इतरांकडून काम करवून घ्यावयाचे असते.) (२) वाचावयाची कागदपत्रे (शक्य होईल तेव्हा यातील माहिती ग्रहण करावयाची असते) आणि (३) फाईल करावयाची कागदपत्रे. पहिली फाईल आपल्या समोर ठेवा. इतर दोन्ही फाईल आपल्या नजरेआड ठेवा. यामुळे मनाच्या कसरतीत वाया जाणारी शक्ती वाचेल.

६. प्रतीक्षावेळेकडे वरदान म्हणून पाहा

आपल्याला प्रतीक्षेचा अनुभव बहुधा डॉक्टर्स, वकील, चार्टर्ड अकौंटंट्स किंवा

वरिष्ठांच्या भेटीच्यावेळी येतो. जेव्हा प्रतीक्षा करणे अपरिहार्य असते तेव्हा आपल्याजवळ वाचनासाठी काही गोष्टी असू द्या. आपल्या ब्रिफकेसमध्ये किंवा फाईलमध्ये काही कागदपत्रे ठेवल्यास प्रतीक्षा वेळेत आपण कार्यालयीन काम करू शकतो. वृत्तपत्रे किंवा त्यातील कात्रणेही या वेळात वाचणे उपयुक्त ठरते.

मी श्री. अरुण मायरा या व्यवस्थापकीय संचालकांबरोबर काम करीत होतो. एकदा त्यांना मिटिंगची वेळ चुकून अर्धा तास आधी सांगितली गेली. त्यावेळी माझ्यावर न रागवता 'तू तयारी कर. मी येथेच बसतो.' असे म्हणाले. आपल्या फाईलमधून कागदपत्रे काढून त्यांनी काही कागदपत्राचा समाचार या वेळात घेतला व मलाही शांतपणे माझे काम करू दिले. केवढी ही वेळेबद्दल जागरूकता !

७. विश्रांती घ्या

संधीचा योग्य फायदा घ्या. याचा अर्थ अव्याहत धावतच राहाणे असा मात्र नाही. हा थोडा वेळ विराम केल्याने आपल्या दैनंदिन जलदगतीने करावयाच्या कामात अधिकच उत्साह आणता येतो. दुपारच्या वेळेत थोडीशी डुलकी घेतल्याने माणूस ताजातवाना होतो. अर्थात यात तारतम्य हवेच. व्यायामामुळेही शरीर व मन स्वस्थ व ताजेतवाने ठेवता येते. पाच ते दहा मिनिटे एका आड एक दीर्घ व उथळ श्वसनाने चांगलाच उत्साह येतो. कामाचा ताण प्रचंड प्रमाणात वाढल्यास एखाद दुसरा दिवस सुट्टी घेऊन छोट्याशा सहलीला जाणे खूपच उपकारक ठरते.

वर सांगितलेल्या सर्व सूचनांचा उपयोग केला तर आपण दररोज एक तासापेक्षा जास्त वेळ वाचवून आपली कार्यक्षमता नक्कीच वाढवू शकू. म्हणजे दुसऱ्या शब्दात, आपण पंचवीस तासाचा दिवस करू शकू.

□□

२४

भावनांचे व्यवस्थापन

आपल्या उत्तम व्यक्तिमत्त्वासाठी आपल्या अवतीभोवती जे घडते आहे त्याची आपण जबाबदारी स्वीकारणे आपल्या मानसिक स्वास्थ्यासाठी फारच गरजेचे आहे. माझ्या अनुभवावरून मी अशा निष्कर्षाप्रत आलो आहे, की आपल्या प्रभावाच्या वर्तुळात असणाऱ्या गोष्टींच्या परिणामांना आपणच जबाबदार असतो. मग प्रश्न येतो, आपल्या प्रभावाच्या अंतर्गत कोणत्या अशा गोष्टी येतात की ज्या पूर्णपणे आपल्या वैयक्तिक नियंत्रणात आहेत. अशा गोष्टी म्हणजे आपले विचार, आपल्या भावना आणि आपण घेतलेले निर्णय आणि यावर आधारित आपली वागणूक. आपल्या कृतीमुळे होणाऱ्या बहुतांशी संभाव्य परिणामांनाही आपण जबाबदार असतो. मात्र हेही लक्षात हवे की, या गोष्टींनाही संपूर्णपणे आपण जबाबदार असतोच असेही नाही.

आयुष्यातील काही घटनांबाबत 'असे का आणि कसे घडले?' याबद्दल विचार करीत असताना सुप्रसिद्ध व्यवस्थापक तज्ज्ञ श्री. स्टिफन कोवे यांचे काही विचार आणि त्यांनी सांगितलेली तत्त्वे वाचनात आली. त्यातीलच ९०:१० (त्याला आपण नाइंटी टेन तत्त्वज्ञान असे म्हणू.) हे तत्त्वज्ञान वरील विश्लेषण करताना खूपच उपयुक्त वाटते. त्याबद्दल थोडी माहिती घेणे इथे उपयोगी पडणार आहे. ९०:१० ही विचारसरणी जाणून घेतली तर आयुष्यात खूपच महत्त्वपूर्ण बदल आपण घडवून आणू शकू. कमीत कमी आपण एखाद्या प्रसंगाला कसे सामोरे जातो, त्यावर कशा प्रतिक्रिया देतो यावर त्याचा नक्कीच प्रभाव पडतो.

काय आहे ही विचारसरणी? ९० टक्के आयुष्य हे आपण घडणाऱ्या गोष्टींवर प्रतिक्रिया कशी देतो यावर अवलंबून असते, तर १० टक्के गोष्टी आपल्या नियंत्रणाच्या बाहेरील घटनांमुळे घडत असतात. या १० टक्के घटनांवर आपले काहीच नियंत्रण नसते. त्यावर आपण कोणत्याही प्रकारे प्रभाव पाडू शकत नाही. एखाद्या वाहनाने आपल्यावर येऊन आदळणे, आपण रस्त्याने जात असताना अचानक झाड आपल्या अंगावर कोसळणे, विमान, रेल्वे अथवा बस उशिरा येणे हे सर्व आपल्या नियंत्रणापलीकडचे आहे. परंतु अशा मोठ्या घटना सोडल्या तर उरलेल्या ९० टक्के अगदीच वेगळ्या असतात. त्या पूर्णपणे आपण आपल्याला हव्या तशा घडवू शकतो. कशा? रहदारीवर जरी आपले नियंत्रण नसले तरी त्यामुळे होणाऱ्या आपल्या प्रतिक्रियांवर आपलेच राज्य

असते. लोकांना त्यावर ताबा मिळवू देऊ नका. आपण कसे वागायचे हे आपणच ठरवू शकतो. त्याचा उपयोग करून घ्या.

स्टिफन कोवे यांनीच दिलेले उदाहरण देण्याचा मोह टाळता येत नाही. आपण सकाळी आपल्या कुटुंबीयांबरोबर न्याहारी करीत आहात. आपण घातलेल्या शर्टावर मुलीच्या हातून कॉफी सांडते. यावर आपले काही नियंत्रण नाही; पण त्यानंतर लगेच घडणाऱ्या घटनांवर मात्र आहे. आपण दिलेल्या प्रतिक्रियेप्रमाणे त्या घडतील. आपण बडबड करता. मुलीच्या हातून आपल्या अंगावर कॉफी सांडल्यामुळे आपण ओरडलात तर मुलीला रडू कोसळले. पत्नीने टेबलाच्या कडेला कप ठेवला म्हणून तिलाही दोष देता. त्यातूनच छोटेसे युद्ध भडकते. आपण धावत वरच्या मजल्यावर जाता. शर्ट बदलून येता. खाली आल्यावर आपल्याला दिसते मुलगी रडत रडतच न्याहारी उरकण्यात व्यग्र असते. शाळेची सर्व तयारी वेळेवर न झाल्यामुळे मुलीची बस चुकते. बायकोलाही कामावर जायची घाई असते. आपण गडबडीतच कार बाहेर काढता आणि मुलीला शाळेत सोडण्याचे ठरवता. उशीर झालेला असल्यामुळे रस्त्यावरील वेगमर्यादेचे उल्लंघन होते. पोलिसाबरोबर हुज्जत घालून १०० रुपये दंड भरावा लागतो आणि शाळेत पोहोचायलाही उशीर होतो. मुलगी निरोप न घेताच वर्गाकडे धावते. कार्यालयात वीस मिनिटे उशिरा पोहोचल्यावर आपल्या लक्षात येते की आपण आपली ऑफिस बॅग घरी विसरला आहात. आजचा दिवस विचित्रच उगवलेला दिसतो याची थोडी खंत वाटते. संकटांची मालिका पुढे सरकतच असते. थकून घरी परतता तेव्हा बायको आणि मुलगी यांच्याशी वागताना थोडा तणाव जाणवतो.

हे सगळं का घडतं? आपण सकाळी जसे वागलो त्यामुळेच ना? आपला दिवस का वाईट गेला?

अ. कॉफीमुळे असे घडले का?

ब. आपल्या मुलीमुळे असे घडले का?

क. पोलिसामुळे हे सर्व झाले का? की

ड. आपल्या स्वतःच्या प्रतिक्रियेमुळे?

नीट आणि योग्य विचार केला तर आपल्याला जाणवेल की 'ड' हे या प्रश्नाचे खरे उत्तर आहे. कॉफी शर्टवर सांडण्यावर आपले नियंत्रण नव्हते. कॉफी शर्टवर सांडल्यावर पुढील १०-१५ सेकंदात आपण जसे वागलात त्यामुळे हे सर्व झाले. सारा दिवसच वाया गेला. मला वाटते आपण खाली दिल्याप्रमाणे वागायला हवे होते. बघा पटते का आपल्याला? कॉफी आपल्या शर्टवर सांडली. आपली मुलगी अगदी रडायच्या बेतात

होती. आपण शांतपणे म्हणालात, ''ठीक आहे बाळ, पुढच्यावेळी जरा जास्त काळजी घ्यायला हवी हं !'' जिन्यावरून वर येता. शर्ट बदलतानाच खिडकीतून बघता. मुलगी बसमध्ये चढत असते. आपण तिला 'टाटा' करता. ब्रिफकेससहित गाडीतून पाच मिनिट आधीच कार्यालयात पोहोचता. बरं चाललं आहे ना? बॉस विचारतो आणि आपला दिवस मजेत जातो. घरी आल्यावर कुटुंबासमवेत आरामात चहापान होते. फरक आपल्या लक्षात आला का?

दोन वेगवेगळी दृश्ये ! सुरुवात सारखीच झाली पण परिणाम! का? तर आपल्या वागण्यातील फरकामुळे.

खरोखरच आयुष्यातील १० टक्के घटनांवर आपले नियंत्रण नाही, पण इतर ९० टक्के गोष्टी आपण कसे वागतो याच्याच प्रतिक्रिया असतात.

ही विचारसरणी व्यवहारात कशी वापरायची या संबंधी थोडेसे..... समजा कोणीतरी तुमच्याबद्दल काही नकारात्मक उद्गार काढले तर त्याकडे दुर्लक्ष करा. पाण्यात राहणाऱ्या कमळासारखी अलिप्तता आणा. या नकारात्मक उद्गारामुळे तुम्ही निराश होण्याचे कारण नाही. तुमची प्रतिक्रिया योग्य पद्धतीने निवडल्यास आपला दिवस वाया जाणार नाही. चुकीच्या पद्धतीने वागणे म्हणजे काही वेगळे उद्गार काढणाऱ्या माणसाशी अकारणच वाद निर्माण करण्यात, घालण्यात, निर्माण करण्यात स्वतःचा दिवस व्यर्थ दवडणे होय.

रहदारीत एखाद्याने आपल्याला धडक दिली तर आपण कसे वागाल ?
–   आपण आपला समतोल घालवून रागावणार ?
–   आपल्या गाडीच्या चाकावरच त्याचा राग काढणार ?
–   शिव्याशाप देणार ?
–   आपला रक्तदाब वाढविणार ? की
–   त्याला जाऊन दोन ठोसे देणार ?

आपण एखाद्या दिवशी दहा पंधरा सेकंद कामावर उशिरा पोहोचला तर काय मोठंसं बिघडणार आहे? अशा छोट्याशा प्रसंगामुळे आपला दिवस वाया का घालवता? ९०:१० टक्के विचारसरणीचे स्मरण करा आणि उगीचच काळजी सोडा.

आपली नोकरी गेल्याचे आपल्याला सांगितले गेले! आपली झोप का उडवता? चिडचिड का करता? त्यावर काहीतरी उपाय नक्कीच निघेल. आपल्या चिंतेत, चिडचिडीत जाणाऱ्या ताकदीचा उपयोग नवीन काम, नोकरी शोधण्यात घालविणे उत्तम नाही का?

विमान किंवा रेल्वे उशिरा येणार आहे. डॉक्टरांनी दिलेली वेळ पाळली नाही, मग तिकीटे देणाऱ्यावर अथवा रिसेप्शनिस्टवर राग काढण्यास काय अर्थ आहे? काय घडते

आहे यावर त्यांचे नियंत्रण आहे काय? याच वेळेचा उपयोग, आपल्या आवडीच्या पुस्तकाचे वाचन करण्यात घालवणे जास्त उपकारक नाही का? इतर लोकांबरोबर उपयुक्त चर्चाही करणे उत्तम होईल नाही का? अनुत्पादक चिडचिडीमुळे टाळता येण्यासारखा तणावच निर्माण होतो ना? आपल्याला ९०:१० टक्के ही विचारसरणी कळली आहे. तिचा उपयोग करा. आपल्याला आश्चर्यकारक परिणाम मिळतील. नुकसान काहीच नाही. अविश्वसनीय फायदे होतील. खूप थोड्या लोकांना हे तत्त्व माहीत आहे. परिणाम लाखो लोक अकारण तणावाची शिकार होतात, चिडचिड होते आणि याची मर्यादा ओलांडली तर हृदय विकार ! हे सर्व टाळता येईल नाइन्टी टेन तत्त्वज्ञानाच्या सहज सोप्या पण प्रभावी वापरामुळे!

□□

२५

कसे आहे आपले वेळेचे व्यवस्थापन

वेळेला अनोखे महत्त्व आहे. कारण ती पैशासारखी साठवता येत नाही. यंत्रासारखी हवी तेव्हा चालू किंवा बंद ठेवता येत नाही. सुट्या भागासारखी बदलताही येत नाही. एकदा गेलेली वेळ कायमची जाते, ती केव्हाही परत येत नाही. म्हणजेच वेळ ही आपल्या नियंत्रणात नाही. म्हणूनच वेळेचे नियोजन, व्यवस्थापन करण्यास आपण असमर्थ आहोत. मग अशा परिस्थितीत वेळेबद्दल काहीच करायचे नाही असे नाही. अशा परिस्थितीतही आपल्याला खूप काही करण्यासारखे आहे. वेळेचे नियंत्रण आपल्या हातात नसले तरी आपले स्वत:चे नियंत्रण पूर्णपणे आपल्या हातात आहे. त्यामुळेच आपण आपले स्वत:चे म्हणजेच आपण हाती घेतलेल्या आपल्या कामाचे योग्य नियंत्रण केल्यास वेळेचे नियंत्रण, वेळेचा उपयोग योग्य आणि प्रभावीपणे करू शकतो.

वैयक्तिक आणि कार्यालयीन वेळेच्या व्यवस्थापनासाठी खालील दोन प्रश्नावलींचा आपल्याला भरपूर उपयोग होऊ शकणार आहे. प्रत्येक प्रश्न काळजीपूर्वक वाचून त्याचे मूल्यांकन करा. आपण केलेल्या मूल्यांकनावर (✓) अशी खूण करा. हे आपण मिळविलेले मार्क. त्या सर्व मार्कांची बेरीज करा. खाली दिलेल्या तक्त्यात आपण कोठे बसतो ते पाहा आणि त्याप्रमाणे कामाला लागा. म्हणजे आपण आपल्या उपलब्ध वेळेचा उत्पादक वापर करून आपल्या कामात यशस्वी होऊ शकाल.

मूल्यांकन

कधीच नाही (१), कधी कधी (२), बऱ्याच वेळा (३), नेहमीच (४)

अ. कार्यालयीन कामाचे व्यवस्थापन

१. मी कामावर वेळेवर येतो आणि येताना बैठका / प्रकल्प / कार्यक्रम यांचा गृहपाठ करून येतो.

१ ☐ २ ☐ ३ ☐ ४ ☐

२. कोणतीही कागदपत्रे, महत्त्वाचे तेवढेच मी नेटकेपणाने वाचतो.

१ ☐ २ ☐ ३ ☐ ४ ☐

३. सहकारी, मदतनीस आणि अधिकारी यांना भेटण्यासाठी दिवसातील काही वेळ मी राखून ठेवतो.

१ ☐ २ ☐ ३ ☐ ४ ☐

४. धोरणात्मक निर्णय घेण्यासाठी मी काही वेळ एकांतात जाऊ शकतो.

१ ☐ २ ☐ ३ ☐ ४ ☐

५. माझ्या दूरध्वनीवरील वेळेवर मी मर्यादा घालतो.

१ ☐ २ ☐ ३ ☐ ४ ☐

६. नियतकालिकातील नेमक्या महत्त्वाच्या बाबी मी लगेचच वाचतो.

१ ☐ २ ☐ ३ ☐ ४ ☐

७. सोपविता येण्याजोगी कामे मी योग्य त्या माणसावर सोपवितो.

१ ☐ २ ☐ ३ ☐ ४ ☐

८. मी विचारात आणि कृतीत घालवायचा वेळ यांचा समतोल साधतो.

१ ☐ २ ☐ ३ ☐ ४ ☐

९. दिवसभर नेमके किती तास काम करायचे ते मी ठरवतो.

१ ☐ २ ☐ ३ ☐ ४ ☐

१०. कार्यालयातील नको असलेली अडगळ मी तत्परतेने काढून टाकतो.

१ ☐ २ ☐ ३ ☐ ४ ☐

मिळवलेल्या गुणांची बेरीज : ....

ब. वैयक्तिक वेळेचे व्यवस्थापन

कधीच नाही (१), कधी कधी (२), बऱ्याच वेळा (३), नेहमीच (४)

१. दररोज कामाचे नियोजन व विचार करणे यासाठी मी वेगळा वेळ देतो.

१ ☐ २ ☐ ३ ☐ ४ ☐

२. मी माझ्यापुढे नेमकी उद्दिष्टे ठेवतो व त्यांच्या पूर्ततेच्या वेळा ठरवितो.

१ ☐ २ ☐ ३ ☐ ४ ☐

३. मी माझ्या कामाची (आज करावयाच्या) यादी तयार करतो. महत्त्वाप्रमाणे त्यांचे क्रम ठरवितो आणि महत्त्वाची कामे शक्यतो लवकर संपवितो.

१ ☐ २ ☐ ३ ☐ ४ ☐

४. मला पॅरिटोचा ८० : २० हा नियम माहीत आहे व माझे काम करताना या नियमाचा वापर मी करतो.

१ ☐ २ ☐ ३ ☐ ४ ☐

५. माझ्या वेळापत्रकात आणीबाणी व अनपेक्षित गोष्टींसाठी वेळ असतो.

१ ☐ २ ☐ ३ ☐ ४ ☐

६. शक्य असलेली कामे मी इतरांकडे देत असतो.

१ ☐ २ ☐ ३ ☐ ४ ☐

७. माझ्याकडे येणारा पेपर मी एकदाच हाताळण्याचा प्रयत्न करतो.

१ ☐ २ ☐ ३ ☐ ४ ☐

८. झोप येऊ नये म्हणून दुपारी मी हलका आहार घेतो.

१ ☐ २ ☐ ३ ☐ ४ ☐

९. माझ्या कामात येणाऱ्या सर्वसामान्य अडथळ्यांपासून दूर राहण्याचा मी जाणीवपूर्वक प्रयत्न करतो.

१ ☐ २ ☐ ३ ☐ ४ ☐

१०. माझी महत्त्वाची कामे करीत असताना माझा वेळ मागणाऱ्यांना मी स्पष्टपणे नाही म्हणतो.

१ ☐ २ ☐ ३ ☐ ४ ☐

मिळवलेल्या गुणांची बेरीज : ....

मिळवलेल्या गुणांवरून निघणारा निष्कर्ष (मूल्यांकन)

०-१५ : वेळेचे व्यवस्थापन कसे करावे यावर जरूर विचार करा.

१६-२० : आपले व्यवस्थापन ठीक आहे; पण सुधारणेस बराच वाव आहे.

२१-२५ : छान

२६-३०: उत्तम

३१-४०: आपली फसगत तर होत नाही ना? पुन्हा तपासा.

☐☐

२६

प्रयत्ने वाळूचे कण रगडिता...

यशस्वी होणे याचा अर्थ कधीही अपयश न येणे असा नसून अंतिम ध्येय गाठणे असा आहे. याचा अर्थ प्रत्येक लढाई जिंकणे असा नसून अंतिम युद्ध जिंकणे असा आहे, हे एडविन ब्लिस यांचे वाक्य आपल्याला आयुष्यात निराश न होता अंतिम यश मिळेपर्यंत त्याच उत्साहाने सतत कार्यरत राहण्याचा सल्ला देते. आयुष्यात आपण अशी अनेक माणसे पाहतो की छोट्या छोट्या अपयशाने निराश होऊन विशिष्ट गोष्ट मिळवण्याचे आपले प्रयत्न थांबवतात आणि माझे नशीब हे असेच आहे, असे मानून स्वत:ला दोष देत बसतात. याचा परिणाम निष्क्रियतेत होतो आणि अनेक उत्तम साध्याला आपण मुकतो. आपण काही उदाहरणे बघणार आहोत की ज्यांनी सुरुवातीला आलेले अपयश पचवले नसते, आपल्या ध्येयाचा पाठपुरावा केला नसता तर हे जग उत्तम व्यक्तिमत्त्वांना पारखेच झाले असते. आपण आता जागतिकीकरणाच्या लाटेवर आहोत, म्हणून ही काही संमिश्र उदाहरणे बघा.

आकाशवाणीतील निवेदकाच्या जागेसाठी आलेल्या एका उमेदवाराला नापास केले गेले. त्याला असेही सांगण्यात आले की तुझे नाव उच्चारण्यासाठी खूपच अवघड आहे, लांबलचकपण आहे. त्यामुळे तू आयुष्यात कधीच यशस्वी होऊ शकणार नाहीस. कोण होता हा माणूस?

हाच माणूस पुढे 'अमिताभ बच्चन' म्हणून प्रसिद्ध पावला. आवाजावर हुकमत गाजवणारा शहेनशहा बनला.

गरीब पित्याच्या पोटी सात भावंडांमध्ये पाचवा जन्मलेला मुलगा उदरनिर्वाह चालविण्यासाठी वर्तमानपत्रे विकत होता. शाळेत शिकतानाही तो अतिशय सामान्य बुद्धीचा समजला जाई. पण धर्म आणि अग्नीबाणाने त्याला वेडा केला. त्याने तयार केलेला पहिला अग्नीबाण खालीच कोसळला. त्याने तयार केलेली क्षेपणास्त्रे अनेक वेळा कुचकामीच ठरली.

पुढे हाच माणूस भारतीय अवकाशयुगाचा अद्वितीय सम्राट ठरला. क्षेपणास्त्रांच्या क्षेत्रात तर त्याने न भूतो न भविष्यति असा इतिहास त्याने एकट्याने घडवला.

हेच ते महान डॉ. अब्दुल कलाम. राष्ट्रपतीपदाला वेगळीच प्रतिष्ठा मिळवून देणारे आगळेवेगळे व्यक्तिमत्त्व. भारताला जागतिक सत्ता बनवण्याचे स्वप्न त्यांनी दिले आणि

तरुणांमध्ये प्रचंड उत्साह भरला.

❍ १९६२ साली एका मोठ्या संगीताच्या कंपनीसाठी चार बुजऱ्या संगीतकारांनी आपला कार्यक्रम सादर केला. कंपनीच्या अधिकाऱ्यांवर त्यांना छाप पाडता आली नाही. त्या गटाला बाद करताना, नाकारताना कंपनीतील एक उच्चपदस्थ अधिकारी म्हणाला होता, 'आम्हाला आपला आवाज अजिबात आवडला नाही.' यामुळे या गटाला निराश होऊन ते व्यासपीठ सोडावे लागले.

पुढे या गटाने 'दि बिटल्स' या नावाने खूपच मोठा नावलौकिक मिळवला.

❍ नॉर्मन जीन बेकर यांना एका सुप्रसिद्ध 'मॉडेलिंग' करणाऱ्या कंपनीने मॉडेलिंगसाठी अयोग्य ठरवून तिला सल्ला दिला होता की, आपण सेक्रेटरीचे काम शिकून एखाद्या कंपनीत नोकरी मिळवा आणि लग्न करून मोकळ्या व्हा.

हीच मुलगी पुढे 'मेरलिन मॅन्रो' म्हणून जगप्रसिद्ध झाली.

❍ एका संशोधकाने संवाद साधण्यासाठी काही यंत्रे तयार करून अमेरिकेचे अध्यक्ष रुदरफोर्ड यांना दाखविली. त्यांना त्या यंत्रांची प्रात्यक्षिकेही दाखविली. त्यावर अध्यक्षाचा शेरा होता, 'आपण तयार केलेली ही सर्व यंत्रे आश्चर्यकारक तर आहेतच; पण कोण खरेदी करणार असली यंत्रे?'

हे वाक्य अमेरिकेच्या अध्यक्षांनी ग्रॅहॅम बेल या संशोधकापुढे उच्चारले होते. या टेलिफोन जनकाचा पुढचा इतिहास आपण जाणताच.

❍ १९४० साली एका तरुण संशोधकाने एक यंत्र तयार केले. अमेरिकेतील सात मोठ्या कंपन्यांना त्या यंत्राचे प्रात्यक्षिक दाखविले. त्या सर्वांनी त्याचे ते यंत्र नाकारले. नापास केले. पुढे सतत सात वर्षे पाठपुरावा केल्यावर १९४७ साली 'हॅलॉइड' या एका छोट्या कंपनीने या यंत्राचे अधिकार विकत घेतले. हे यंत्र इलेक्ट्रॉनिक कॉपीज काढण्याचे एक यंत्र होते. हीच 'हॅलॉइड' कंपनी पुढे 'झेरॉक्स' कंपनी म्हणून सुप्रसिद्ध झाली.

कोण होता हा संशोधक? त्याचे नाव होते 'चेस्टर कार्लसन'.

❍ आपल्या बावीस भावंडातील विसावी मुलगी. चार वर्षांची असतानाच तिला दोनदा 'न्यूमोनिआ' आणि 'तांबडा ज्वर' झाला. लहान वयातच तिचा डावा पाय कापावा लागला. वयाच्या नवव्या वर्षी पायातल्या लोखंडी पट्ट्या काढल्या गेल्या व ती चालू लागली. वयाच्या तेराव्या वर्षी तिने धावपटू व्हायचे ठरवले पण भाग घेतलेल्या प्रत्येक स्पर्धेमध्ये तिला प्रचंड पराभवाचा सामना करावा लागला. परंतु तिने प्रयत्न सोडले नाहीत. त्यानंतर मात्र, भाग घेतलेल्या प्रत्येक स्पर्धेत तिला यश मिळू लागले. या सर्व यशाचा कळस म्हणजे ऑलिम्पिक स्पर्धेत तिला तीन सुवर्णपदके मिळाली.

कोण होती ही जिद्दी मुलगी? जी पराभवाची तमा न बाळगता अपेक्षित यश मिळेपर्यंत सतत प्रयत्न करीत राहिली ?

ती होती सुप्रसिद्ध धावपटू 'विल्मा रुडॉल्फ'.

❍ गणिताकडे लक्ष नसते म्हणून एका वर्गशिक्षिकेने एका मुलाची खूप निर्भर्त्सना केली. साधी साधी गणितेसुद्धा तुला सोडविता येत नाहीत, म्हणजे आयुष्यात तू काहीच करू शकणार नाहीस. असे भाकीतही त्या मुलाबद्दल विद्वान शिक्षिकेने करून टाकले. त्याच्या आईचा मात्र आपल्या मुलाच्या क्षमतेवर प्रचंड विश्वास होता. तिनेच त्याला स्वत: गणित शिकविले.

अंदाज करता येतो आहे का कोण होता हा मुलगा?

... तो होता 'सर अल्बर्ट आइनस्टाईन.'

या सर्व उदाहरणांवरून हे स्पष्ट होते की, आपल्याला अपेक्षित यश मिळवायला हवे असेल तर बाहेरील कोणत्याही गोष्टींपेक्षा अतिशय ज्वलंत इच्छा असायला हवी. ही इच्छाच आपल्याला हव्या त्या बाह्य गोष्टी उपलब्ध करून घेण्याची इच्छा देते. त्याचबरोबर सोशिकता आणि सातत्य या महत्त्वाच्या गुणांचा विकास आपल्यात करते. सोशिकता म्हणजे येणाऱ्या अपयशामुळे न खचता मन ताजे ठेवणे आणि सातत्य म्हणजे साध्य प्राप्त होईपर्यंत आपले प्रयत्न न थांबवणे.

हा विचार करता आपण वर पाहिलेल्या यशस्वी लोकांच्या माळेतील महामेरूची आठवण होणे अपरिहार्य आहे. हा संशोधक लहान वयातच अनंत अडचणी सोसून संशोधक झाला. आपल्याला सामना कराव्या लागणाऱ्या अक्षरश: हजारो अपयशाची तमा न करता आपल्या प्रयत्नात सातत्य राखून मानवाच्या जीवनातला अंधार दूर करणाऱ्या आणि त्याला ऊर्जा पुरवणाऱ्या दोन महत्त्वाच्या गोष्टी त्याने शोधून काढल्या. त्याने कंटाळून थोड्या प्रयोगानंतर आपले प्रयत्न सोडून दिले असते तर विद्युत दिवा आणि बॅटरीच्या शोधासाठी आपण अजून किती वर्षे ताटकळत राहिलो असतो, याची कल्पनाच करवत नाही. आपल्या प्रत्येक प्रयत्नात मी अपयशी झालो असे त्याला कधीच वाटले नाही. या उलट अरे, या मार्गाने आपण दिवा आणि बॅटरी तयार करू शकत नाही असा शोध तर आपण लावला, हा उत्साह त्यांनी शेवटपर्यंत टिकवला. म्हणून स्वत:च्या नावावर असणाऱ्या हजारोहून अधिक पेटंट मिळवणारा शास्त्रज्ञ असा त्यांचा विश्वविक्रम आजतागायत कोणी मोडू शकले नाही.

कोण होता हा ऊर्जेचा स्रोत असणारा शास्त्रज्ञ? अर्थात आपण सर्व जाणताच या महामानवाचे नाव 'थॉमस अल्वा एडिसन.'

या सर्वांनी आपल्या अथक प्रयत्नांनी प्रचंड यश मिळविले. सतत प्रयत्नशील राहण्याची शिकवण ते आपल्याला देतात आणि 'प्रयत्ने वाळूचे कण रगडिता तेलही गळे' या उक्तीची सार्थकता पटते.

□□

२७

स्पर्धेपेक्षा सहकार्य श्रेष्ठ

आपणा सर्वांना ससा आणि कासव यांची गोष्ट माहीतच आहे. ही गोष्ट परंपरेने आपल्यापर्यंत आलेली आहे. कालानुरूप विचारसरणीतही बदल होणे आवश्यक आहे आणि ते बदल होत राहतातच. काही विचारवंतांनी ही गोष्ट पुढे नेऊन तिला आधुनिक रूप दिले आहे. या काळात उपयुक्त ठरेल अशी विचारधारा आपल्याला परिवर्तनातून मिळेल. आज स्पर्धा किती पराकोटीला पोहोचली आहे हे आपण अनुभवतो आहोतच; त्याचबरोबर सहकार्यामुळे आपण अधिक काही प्राप्त करू शकतो ही जाणीवही वाढत आहे. त्यामुळेच टाटा-फियाट, विप्रो-इन्फोसिस यासारख्या परंपरागत प्रतिस्पर्धी कंपन्या पण काही प्रकल्प सहकार्याने राबवताना दिसतात.

कासव आणि ससा यांच्यात कोण जास्त वेगाने पळून एखादे स्थान गाठू शकतो याबद्दल वाद निर्माण होतो. ससा म्हणतो की, जास्त वेगाने धावू शकतो. शेवटी प्रत्यक्ष शर्यत घेऊन हा वाद मिटवावा असे ते ठरवतात. शर्यतीची जागाही ठरते आणि शर्यत सुरू होते.

ससा सुरुवातच खूप जोरात करतो, तेव्हा काही अंतर गेल्यावर तो थोडा दमतो. तो बघतो तर कासव बरेच दूर राहिलेले असते. ससा विचार करतो की, आपण झाडाखाली थोडी विश्रांती घ्यावी आणि ताजेतवाने झाल्यावर शर्यत पूर्ण करावी. कासव इतके मागे पडले आहे की ते आपली बरोबरी कधीच करू शकणार नाही.

ससा एका झाडाखाली थांबतो. अंग टाकल्यावर त्याला झोप लागते. मोठ्या कष्टाने कोठेही न थांबत चालत येणारे कासव सशाला मागे टाकीत आपली शर्यत पूर्ण करते आणि साहजिकच ठरलेली स्पर्धा जिंकते.

ससा जागा होतो आणि बघतो तर तो शर्यत हरलेला असतो. या परंपरेने चालत आलेल्या कहाणीच्या विकासाकडे आपण जाणार आहोत.

स्पर्धेच्या अनपेक्षित निकालाने व्यथित झालेला ससा आत्मपरीक्षण करतो. त्याच्या लक्षात येते की, आपल्या फाजील आत्मविश्वासामुळे, निष्काळजीपणामुळे आणि आळसामुळे आपण ही शर्यत हरलो आहोत. आपण काही गोष्टी गृहीत धरल्या नसत्या तर आपण शर्यत कधीच हरलो नसतो.

ससा परत कासवाकडे जातो आणि त्याला परत शर्यत घेण्यासाठी आव्हान देतो. कासवही शर्यतीस तयार होते आणि शर्यत सुरू होते.

या वेळेस ससा कुठेही न थांबता, गाफील न राहता सुरुवातीपासून शेवटपर्यंत धावतो आणि कासवाला बरेच मागे टाकून शर्यत जिंकतो.

तात्पर्य : सातत्य आणि जलदगती असणारा, धीमी आणि संथ गती असणाऱ्याला नेहमीच हरवतो. आपल्या संस्थेत एक धीमा, विश्वासू आणि शिस्तबद्ध माणूस आहे तर दुसरा जलद, विश्वासू व शिस्तबद्धही आहे. अशा वेळी दुसरा माणूस पहिल्यापेक्षा जलदगतीने यश मिळवणार. धीमेपणा आणि विश्वासूपणा हे चांगले असले तरी जलदगती आणि विश्वासार्हता असणे हे अधिक चांगले आहे.

... पण ही गोष्ट येथेच संपत नाही.

आता परत कासवाची वेळ असते. तो विचार करतो की, ज्या पद्धतीने आपण स्पर्धेचे आयोजन केले त्या पद्धतीने आपण शर्यत कधीच जिंकू शकणार नाही. मग आपण काय केले पाहिजे? आपण शर्यत कशी जिंकू शकू? याचा तो विचार करतो. तो परत सशाकडे जातो आणि वेगळ्या मार्गावर आपण परत शर्यत घेऊ असा प्रस्ताव सशापुढे मांडतो. ससाही त्यासाठी तयार होतो.

ससा आणि कासवाची उत्साहाने शर्यत सुरू होते. ससा सातत्य आणि जलदगतीने मार्गक्रमणा करीत असतो तर कासव धीमेपणाने आपला मार्ग चालत असते. परंतु शर्यत संपायच्या दोन-तीन किलोमीटर आधी मार्गात एक नदी लागते. नदी बघून ससा चांगलाच बुचकळ्यात पडतो. आणि आता काय करावे? या विचारात अडकतो. पण तेवढ्यात कासव खुरडत, खुरडत येते आणि नदीतून पोहत जात शर्यत पूर्ण करते आणि अर्थात पुन्हा एकदा ही शर्यत जिंकतेही.

तात्पर्य : प्रथम आपल्यातील उत्तम क्षमता समजावून घ्या. आपल्या क्षमतांना पूरक असे कार्यक्षेत्र निवडा. आपण काम करीत असलेल्या संस्थेत समजा आपण उत्तम वक्ते आहात तर त्यासाठी योग्य संधी शोधा आणि आपले हे कौशल्य व्यवस्थापनाच्या नजरेस आणून द्या. जर गोष्टींचे पृथ:क्करण करून निर्णय घेऊन आपल्यातील प्रमुख क्षमतांप्रमाणे काम केले तर आपण इतरांच्या नुसते लक्षातच राहणार नाही तर आपण आपल्यासाठी उत्तम संधी निर्माण करून योग्य प्रगती साधू शकू.

... अजूनही गोष्ट संपलेली नाही.

जगात स्पर्धा जरी महत्त्वाची असली तरी परस्परांना मदत करून परिस्थितीवर मात करणे हे अधिक महत्त्वाचे आहे. लढा हा एकमेकाविरुद्ध नसावा तर तो उत्पन्न झालेल्या परिस्थितीशी हवा. संघर्षपेक्षा, सहकार्य मोलाचे आहे. ते त्यात भाग घेणाऱ्या सर्वांनाच

जास्त यश देऊन जाते.

शर्यतीच्या या काळात ससा आणि कासव यांचा चांगलाच परिचय झालेला असतो. त्यांची चांगली गट्टीही जमलेली असते. ते घडलेल्या घटनांवर व्यवस्थित विचारही करू लागलेले असतात. आपण संपवलेली शेवटची स्पर्धा आपण जास्त चांगल्या पद्धतीने पार पाडू शकलो असतो, असा विचारही त्यांच्या डोक्यात येतो. म्हणूनच ते परत एकदा अशाच स्पर्धेचे आयोजन करायचे ठरवतात. परंतु या खेपेला ही स्पर्धा एक 'गट' म्हणून पार पाडायची असाही विचार ते ठरवतात.

ही कल्पना दोघांनाही खूप आवडते आणि मोठ्या उत्साहाने त्यांची शर्यत पुन्हा एकदा सुरू होते. या वेळेला मात्र सुरुवातीला पळताना ससा कासवाला पाठीवर घेऊन उत्तम गती घेत मार्गक्रमणा करतो आणि नदीच्या काठापर्यंत पोहोचतो. त्यानंतर मात्र कासव सशाला पाठीवर घेतो आणि पोहत पोहत ते दोघेही नदी पार करतात. नदीच्या पैलतीरावर पोहोचल्यावर परत ससा कासवाला पाठीवर घेतो आणि दोघेही शर्यत पूर्वीपेक्षा खूपच कमी वेळात पार पाडतात.

शर्यत लवकर संपते आणि दोघांनाही त्यातून खूप समाधान मिळते.

तात्पर्य : व्यक्तिगत क्षमता आणि हुशारी असणं चांगलंच, पण आपण एक गट करून काम करणे उत्तम. आपणा सर्वांजवळ असणाऱ्या विविध क्षमतांचा वापर करीत कामे केली नाहीत, तर कामातील उत्कृष्टता आपण गाठू शकणार नाही. गटात काम करताना कधीकधी अशी वेळ येणारच की जेव्हा आपल्या काही क्षमता कमी पडतील, तेव्हा इतरांच्या क्षमतांचा उपयोग आपल्याला करून घेता येईल.

गटात काम करताना प्रसंगानुरूप ज्यांच्याकडे ज्या योग्य क्षमता असतील त्या व्यक्ती पुढाकार घेऊन आपल्याला यश मिळवून देतील.

तात्पर्य :

- लक्षात घ्या की, ससा आणि कासवाने आपल्या अपयशानंतरही हार मानली नाही.
- सशाने अपयशानंतर जास्त मेहनत घेऊन सातत्याने काम करायचे ठरवले. आयुष्यातही जेव्हा आपण अपयशी होतो तेव्हा परत जास्त मेहनत घेऊनच काम करणे योग्य असते. कधीकधी आपली धोरणे, आपले डावपेच बदलून नवीन काही तरी युक्ती लढवणे फायद्याचे ठरते. बऱ्याच वेळेला दोन्हीचाही योग्य प्रकारे वापर करावा लागतो.
- ससा आणि कासव आपल्याला अजून एक धडा शिकवतात, की काही वेळेस प्रतिस्पर्ध्याशी स्पर्धा करणे थांबवून आपण जर परिस्थितीचा एकत्र

येऊन मुकाबला केला तर आपण अधिक काही साध्य करू शकतो.

ससा आणि कासवाच्या या नवीन गोष्टीवरून आपण काय शिकायचं ?

- अपयशानंतरही निराश न होता सतत प्रयत्न चालू ठेवणे.
- जलदपणा, सातत्य हे धीमेपणा आणि थंडपणावर नेहमीच मात करते.
- आपल्यातील प्रमुख क्षमतांप्रमाणे आपले कार्यक्षेत्र निवडा.
- प्रतिस्पर्ध्याशी लढा न देता परिस्थितीशी लढा द्या.
- साधनसामग्रीचा योग्य वापर करीत गटाने काम करणे, हे एकट्याच्या कामापेक्षा जास्त प्रभावी ठरते.

चला तर अधिक मजबूत गट तयार करून कामाला लागू या !!!

□□

२८

सुंदर फुले मोजा

माणसाचं आयुष्य हे सुखदुःखाची सरमिसळ आहे. ते सतत सुखी किंवा सतत दुःखी असं कधी असूच शकत नाही. हा तर उन-सावल्यांचा कधीही न संपणारा खेळ आहे. सर्वसाधारण माणसांना मात्र सतत सुख हवे असते आणि दुःख मात्र नकोच असते. जीवनात ही गोष्ट अशक्य आहे हे तो समजूनच घेत नाही. आयुष्यातील अनुभवावरून असे जाणवते की ही गोष्ट आपण खऱ्या अर्थाने नुसती समजूनच नाही तर जाणून घेतली तर आयुष्याचा संपूर्ण रंगच बदलेल. आयुष्यात येणाऱ्या अशा काही दुःखाचा, अपयशाचा आपण एवढा बाऊ करतो की अशा काही प्रसंगाने पार खचूनच जातो. सुखही परत येणार आहे हे आपण विसरतोच आणि आपल्या दुःखाला अनन्यसाधारण महत्त्व देतो. आपला निर्माता जेव्हा आपल्यासाठी एखादी संधी नाकारतो तेव्हा अनेक संधीची दारे आपल्यासाठी उघडी करीत असतो; पण बंद केलेल्या दाराचा आवाज आपल्याला इतका मोठा वाटतो की उघडलेली दारे आपल्याला जाणवतच नाहीत; दिसतच नाहीत. ही आपली मनोधारा बदलायला हवी. आपल्या वाट्याला आलेले दुःख मोजत बसू नका. भविष्यात आपण मिळवू शकणाऱ्या आनंदाचा विचार करा. तो मिळवण्याची क्षमता आपल्यात शिल्लक आहे का? त्याचा विचार करा. आपले आनंदाचे क्षण आठवा. त्यात दुःखाचे अनुभव विरून जायला हवेत.

बागेतील सुंदर सुंदर फुले मोजा.
गळून पडलेली जीर्ण पाने नको.

सोनेरी तासाने दिवस मोजा.
जमलेल्या काळ्या ढगांनी नको.

रात्र लखलखत्या ताऱ्यांनी मोजा.
पडणाऱ्या गडद सावल्यांनी नको.

आयुष्य आनंदाच्या क्षणांनी मोजा.
दुःखाने गाळलेल्या अश्रूंनी नको.

आयुष्य जमवलेल्या मित्रांनी मोजा
गमावलेल्या नुसत्या वर्षांनी नको.

□□

उत्कृष्टतेकडे... । ११३

२१

ग्रहक समाधान : एक आदर्श

शिथिलीकरण आणि उदारीकरण हे शब्द भारतातील व्यवसाय क्षेत्रात परवलीचे बनले आहेत. त्यामुळे व्यवसायात ग्राहकाला बऱ्यापैकी महत्त्व आले आहे. दररोजच्या व्यवहारात भाजीवाले देखील ग्राहकांशी सौजन्याने बोलू लागले आहेत. परवाच, माझा एक मित्र माझ्याकडे आला होता. गप्पांच्या ओघात वितरक (सेवा देणारा) आणि ग्राहक यांचे संबंध कोणती उच्च पातळी गाठू शकतात याचा परदेशात घडलेला एक किस्सा त्याने सांगितला. या संदर्भात, आपल्याला भेटणाऱ्या टॅक्सी किंवा रिक्षाचालकांची वागणूक कशी असते याचा विचार करा, म्हणजे आपल्यात किती आणि कशी सुधारणा करायला वाव आहे, हे आपल्या लक्षात येईल. उत्तम सेवा देणे यासाठी फक्त आपल्या स्वत:चाच निर्णय आणि निर्धार लागतो. काही माणसांनी हा ठाम निर्णय घेतला की त्यातूनच संस्थेची संस्कृती तयार होते.

हॅरीस हा मार्केटिंग एक्झिक्युटीव्ह एका विमानतळावर टॅक्सीच्या प्रतिक्षेत उभा होता. त्याच्या समोर एक टॅक्सी येऊन उभी राहिली. हॅरीसच्या पटकन लक्षात आले की, टॅक्सी अतिशय स्वच्छ आणि चकचकीत आहे. काळी पँट आणि पांढरा शर्ट आणि त्यावर छान शोभेल असा टाय घातलेला ड्रायव्हर तत्परतेने खाली उतरला. त्याचा पेहराव अगदी नीटनेटका जाणवत होता. त्याने हॅरीससाठी पटकन पुढे होऊन मागचे दार उघडले. लॅमिनेटेड कार्ड हॅरीसच्या हातात देत तो म्हणाला, 'सर, मी विली आपला वाहनचालक. मी आपले सामान टॅक्सीत ठेवतो. तोपर्यंत आपण हे कार्ड वाचा. हे माझे 'मिशन स्टेटमेंट' आहे. आश्चर्यानेच हॅरीसने ते कार्ड वाचले, ते असे होते :

"माझ्या ग्राहकांना सुरक्षितपणे, जलदगतीने शक्य तेवढ्या स्वस्तात आणि मैत्रीच्या वातावरणात त्याच्या इप्सित स्थळी पोहोचवणे."

गाडीच्या बाहेरील स्वच्छतेप्रमाणेच गाडी आतूनही अतिशय स्वच्छ होती, हे बघून हॅरीस आश्चर्यचकीत झाला.

चाकाचा ताबा घेत विली म्हणाला, "साहेब! आपल्याला कॉफी घ्यायला आवडेल! माझ्याकडे दोन थर्मास आहेत."

गमतीनेच हॅरीस म्हणाला, "मला कोल्डड्रिंक घ्यायला आवडेल!" विली हसत

म्हणाला, ‘सर, काही हरकत नाही, माझ्याकडे फँटा आणि कोकाकोलाची सोय आहे.’’

जड जिभेनेचे हॅरीस म्हणाला, ‘‘मला कोकाकोला चालेल.’’

कोकाकोला हॅरीसच्या हातात देत विली म्हणाला, ‘‘आपल्याला काय वाचायला आवडेल? माझ्याकडे तीन वर्तमानपत्रे आहेत.’’ पुढे जात असतानाच विलीने हॅरीसच्या हातात अजून एक कार्ड सरकवले, ‘‘माझ्या रेडिओवर ही केंद्रे उपलब्ध आहेत. त्यावर हे संगीतही उपलब्ध आहे. हवे असेल ते केंद्र आपण लावू शकता.’’

हे सर्व कमी पडेल की काय? असे वाटून विली परत म्हणाला, ‘‘सर, कॅबमधील तापमान आपल्याला योग्य वाटते ना? आरामदायी आहे ना? आणि आपल्याला हवे असेल तर रस्त्यावर येणाऱ्या काही स्थळांची माहितीपण मी आपल्याला देऊ शकेन. दोन मार्गांनी आपण आपल्या इप्सित स्थळी पोहोचू शकू. आपल्याला जर शांत बसणे पसंत असेल तर आपण आरामही करू शकता.’’ असेही तो म्हणाला.

समाधानाने हॅरीस म्हणाला, ‘‘विली, मला सांग तू ग्राहकांशी नेहमीच असा वागतोस का?’’

रिअर व्ह्यू मिरर मधून हॅरीसने विलीच्या चेहऱ्यावरील हसू बघितले. विली म्हणाला, ‘‘नाही मी आधी असा नव्हतो. मागच्या दोन वर्षांत मी या सुधारणा केल्या आहेत. माझ्या व्यवसायातील पहिली पाच वर्षे मी माझ्या इतर ड्रायव्हर मित्रांसारखीच कुरकुरत काढली. वैयक्तिक उन्नती कशी करावी? यावर एका महान गुरुचे भाषण रेडिओ कार्यक्रमातून कानी पडले. नंतर त्यांची काही पुस्तकंही माझ्या वाचनात आली. त्यातून मला असं कळलं की आपण सकाळी आजचा दिवस वाईट जाणार अशा भावनेने उठलो तर बहुधा तो दिवस वाईटच जातो. त्यांचा सल्ला असा होता की, तक्रार करणं थांबवा. आपल्या व्यवसायातील इतर सर्वसामान्य माणसांपासून आपल्याला वेगळं करा. सदैव तक्रार करणारा बदक होऊ नका; तर मुक्त संचार करणारा गरुड बना. बदक नेहमीच क्वॅक, क्वॅक करीत असते. गरुड मात्र ढगांना पार करून वर जातो आणि मुक्त संचार करतो.

ही गोष्ट माझ्या हृदयाला भिडली. डोक्यातही पक्की बसली. गुरुजी माझ्याबद्दलच बोलताहेत असं मला वाटलं. मी नेहमी इतरांबद्दल तक्रारच नव्हतो का करत? मी माझा दृष्टिकोन बदलायचं ठरवलं. मला गरुड व्हायचं होतं. मी माझ्या वातावरणाकडे नजर टाकली, आजूबाजूच्या गाड्या आणि ड्रायव्हर्सचे निरीक्षण केले. गाड्या अस्वच्छ होत्या. ड्रायव्हर्समध्ये मैत्रीभावाचा अभाव होता. त्यामुळे ग्राहकही नाखूष होते आणि म्हणून मी यात बदल घडवायचे ठरवले. प्रत्येक वेळी मी थोडा थोडा बदल करीत गेलो. जेव्हा माझ्या ग्राहकांना ते आवडले तेव्हा त्यांनी मला उत्तम प्रतिसाद दिला. त्यानंतर मी अधिक सुधारणा करीत गेलो.’’

“तुला त्याचा नक्कीच फायदा झाला असणार?” हॅरीसने विचारले.

“नक्कीच!” विली म्हणाला, “मी जेव्हा गरुडासारखा काम करू लागलो, त्या वर्षीच माझे उत्पन्न दुप्पट झाले. यावर्षी बहुधा ते चौपट होईल. आपण मला आज अपघातानेच भेटलात. मी आता बहुधा टॅक्सी स्टॅंडला थांबत नाही. माझे ग्राहक हल्ली मला माझ्या सेलफोनवरून वेळ ठरवून बोलावतात. मी त्यांना उपलब्ध होऊ शकलो नाही तर माझ्या विश्वासू मित्रांना मी त्यांच्याकडे पाठवतो आणि त्याबद्दल थोडा मोबदला घेतो.”

विली असाधारण वाटतो. तो नुसता टॅक्सीच चालवत नाही तर उत्तम सेवाच पुरवतो. आपल्याकडील टॅक्सी आणि रिक्षाचालकांना ही गोष्ट सांगता येईल का? त्यातून ते योग्य धडा घेऊन, आहे त्या परिस्थितीत तक्रार न करता विधायक बदल घडवून आणतील का?

□□

३०

इच्छाशक्ती

नासिक जिल्ह्यातील काजीसांगवी या गावी एक वृद्ध शेतकरी राहत होता. त्या शेतकऱ्याला आपलं शेत नांगरून भुईमुगाचे पीक लावण्याची खूप इच्छा होती. परंतु शेत खणून लागवड करणे हे त्याच्या वयाचा विचार करता बरेच अवघड काम होते. त्याच्या एकुलत्या एक मुलाने त्याला मदत केली असती; परंतु दुर्दैवाने तो तुरुंगात होता. म्हातारबुवा मुलाला पत्र लिहून सर्व परिस्थिती कथन करतात. मला खूपच वाईट वाटत आहे, मी या मोसमात आपल्या शेतात काहीही पिकवू शकणार नाही. तुझ्या मृत आईलाही किती वाईट वाटेल; कारण तिलापण पेरणीचा मोसम खूपच आवडत असे. माझ्या वयामुळेही मला आता शेतीचे कष्ट सहन होणार नाहीत. तू घरी असतास तर माझा हा सर्व त्रास दूर झाला असता. तू तुरुंगात नसतास तर ही शेती नक्कीच केली असतीस, याची मला खात्री आहे.

काही दिवसातच शेतकऱ्याला पोस्टातून एक तार येते :

''बाबा, देवाची शपथ आहे. आपण शेत खणण्याचे कष्ट अजिबात करू नका. कारण शेतातच मी काही बंदुका पुरून ठेवल्या आहेत.''

दुसऱ्याच दिवशी पहाटे पोलिसांची एक मोठी फौज त्यांच्या शेतावर हजर होते. आणि ते सगळे शेत खणून काढतात. परंतु त्यांना कोठेही पुरलेल्या बंदुका मिळत नाहीत.

म्हातारा शेतकरी जरा बुचकळ्यात पडतो आणि मुलाला दुसरे पत्र पाठवतो. त्यात पोलिसांनी आपले शेत खणून बंदुकीचा शोध घेतला पण त्यांना त्यात काहीच सापडले नाही, हे पण आवर्जून लिहितो.

त्या पत्राला मुलाचे उत्तर येते, ''बाबा, आता तुम्हाला शेतात भुईमूग पेरायचा होता, तो ताबडतोब पेरून टाका. माझ्या अशा परिस्थितीत येथून यापेक्षा चांगली मदत मी तुम्हाला काय करू शकणार?''

तात्पर्य : आपण जगात कोठेही असलात तरी हृदयापासून आपण काही करायचे ठरवले तर आपण ते करू शकता. आतील ओढ हवी, जबरदस्त इच्छाशक्ती असायला हवी.

□□

३१

स्पर्धेचा सामना करताना...

बदल हे आयुष्यातील अविभाज्य अंग आहे. तरीदेखील काही बदल असे असतात की, ते अनेकांना गारठून टाकतात. जेव्हा आपण हे बदल एक आव्हान म्हणून स्वीकारतो तेव्हा ते आपल्याला कार्यप्रवण करतात. त्यामुळे आपल्याला आपल्या क्षमतांची जाणीव होते. त्यांचा विकास करायची उत्तम संधी मिळते. जागतिकीकरणाच्या आणि उदारीकरणाच्या प्रचंड रेट्यामुळे आपल्याला तीव्र स्पर्धेला तोंड द्यावे लागत आहे. भीतीबरोबरच त्यांचे चांगले परिणामसुद्धा आपल्याला दिसत आहेत. अनेक तज्ज्ञ आणि महत्त्वाची माणसे असा सल्ला देताना दिसतात की, आता तरुण वर्गाने नोकऱ्यांच्या पाठीमागे न लागता स्वयंरोजगार निर्माण करावा, नोकऱ्यांचा तुटवडा आता केवळ भारतातच नाही तर अनेक प्रगत राष्ट्रांनाही भेडसावताना दिसतो. अशा परिस्थितीत स्वतंत्र व्यवसाय वा उद्योग स्थापन करून त्याद्वारे अर्थाजन करण्याचा मार्ग हाच उत्तम वाटतो. आज आपल्याला जे अनेक मोठे उद्योग दिसतात त्यांची सुरुवात छोट्या उद्योगानेच झालेली आढळते. किर्लोस्करांच्या उद्योगाची सुरुवात शेताला लागणाऱ्या नांगर तयार करणाऱ्या छोट्या व्यवसायानेच झाली आहे. सर्वच मोठे आणि यशस्वी उद्योग अनेक वर्षांच्या अथक प्रयत्नातूनच मोठे झालेले दिसतात. त्यामुळेच लघुउद्योग निर्माण होणे आणि त्यांचा विकास होणे हे वैयक्तिक आणि देशाच्या दृष्टीने आवश्यक आहे.

विकासाचा पायाच उद्योजकता

आपण मानवी संस्कृतीच्या विकासाचा विचार केला तर त्यातील प्रत्येक टप्पा उद्योजक आणि लघुउद्योजकांच्या प्रयत्नांनी आणि विकासातूनच तयार झालेला दिसतो. साधारणत: तीनशे वर्षांपूर्वी इंग्लंडमध्ये जेम्स वॅटच्या वाफेच्या इंजिनाच्या शोधानंतर औद्योगिक क्रांतीची सुरुवात झालेली दिसते. ती लघुउद्योगांच्या स्थापनेतूनच झाली. त्यातून विविध क्षेत्रातील शोध, उपकरणे, साधने निर्माण झाली आणि उत्पादन, दळणवळण, संचार, वीज, धान्योत्पादन, करमणूक वगैरे अनेक क्षेत्रातही प्रगती झाली आणि ही क्रांती पुढे अनेक देशात पसरली. भारत त्या वेळी पारतंत्र्यात असल्यामुळे आपल्याकडे लघुउद्योगांची सुरुवातच उशीरा झाली. परंतु गेल्या ५०-६० वर्षांत त्याने चांगलेच बाळसे धरले आहे. अनेक क्षेत्रात आपण स्वावलंबी तर झालो आहोतच; पण काही क्षेत्रांची मक्तेदारीही आपल्याकडे येऊ पाहते आहे.

उद्योजकांच्या कामगिरीतूनच समाजविकास होत असतो. लघुउद्योगांच्या धडपडीतून अनेकांना रोजगार मिळतात. कमी भांडवल आणि साधनसामग्रीत अनेक प्रकारची उत्पादने आणि सेवा उपलब्ध होतात.

उद्योजक व्हायचे म्हणजे काही धडपड करून, काही जोखीम पत्करून, योग्य प्रसंगी धाडस दाखवून एखाद्या क्षेत्रात पाय रोवायचे, स्वत:च्या चरितार्थाचे साधन तर निर्माण करायचेच; पण इतर चार लोकांना रोजगार मिळवून द्यायचा. उद्योजक होण्यासाठी 'मला काही करायचंय' असा आवाज आतूनच उठायला हवा. त्यासाठी भरपूर पैसा, शिक्षण, कौटुंबिक पार्श्वभूमी असायला हवी असे नाही. 'दुर्दम्य इच्छा' या एकाच बळावर यशस्वी उद्योजक झाल्याची अनेक उदाहरणे आपल्याला दिसतील.

अर्थात असे असले तरी हा सर्व प्रवास बिनधोक आहे, असेही समजायला नको. कोणतीही गोष्ट करताना अडचणी या येणारच आणि त्या कौशल्याने दूर करणे हेच तर खरं आव्हानात्मक आहे. कामगारांबरोबरचे संबंध, उद्योगासंबंधातील भागीदार, भागधारक, नातेवाईक यांच्या बरोबरचे संबंध, वैयक्तिक अडीअडचणी, कौटुंबिक आणि आरोग्याविषयीचे प्रश्न, मंदी, महागाई, कच्च्या मालाच्या पुरवठ्याचे प्रश्न, सरकारी धोरणात होणारे बदल, कर आणि कायदे-कानून यांचे प्रश्न, अंमलबजावणीचा त्रास, पुरवठ्यातील तफावत, स्पर्धा, नैसर्गिक आपत्ती अशा अनेक समस्या स्वाभाविकपणे उद्‌भवणारच आणि त्या कौशल्याने सोडविण्यातच खरा आनंद आणि मौज आहे. माणसाच्या गुणांचा जेव्हा कस लागतो, तेव्हाच त्याला खरे समाधान लाभते.

स्पर्धा अपरिहार्यच

विज्ञान आणि तंत्रज्ञानात होणारी प्रगती इतकी प्रचंड आहे की, त्यामुळे जग आकुंचन पावते आहे. जीवनाला आलेला वेग दिवसेंदिवस वाढतच जाणार आहे. विविध देशातील बाजारपेठा सर्वांसाठी खुल्या होत आहेत. इंटरनेट, वेबसाईटस्, प्रसिद्धी आणि प्रसार माध्यमे यामुळे कुठे काय चालले आहे याची माहिती सर्वत्र अल्पावधीत पोहोचू शकते. कोणत्याही वस्तू कोठेही विनासायास उपलब्ध होत आहेत. ग्राहकांना उत्तम माल वाजवी किमतीत मिळतो आहे. या वातावरणाचा योग्य फायदा घेण्यासाठी अधिकाधिक माणसे आता लघुउद्योगाकडे वळायला लागली आहेत. नोकरीतही नोकरांकडून खूपच अपेक्षा वाढत आहेत. त्यामुळे त्याच श्रमात, त्याच कौशल्यात, स्वतंत्र व्यवसाय का नको? अशा भावना वाढूनही तरुणवर्ग आपल्या स्वत:च्या स्वतंत्र व्यवसायाकडे वळू लागला आहे. स्वेच्छानिवृत्तीमुळेही सक्षम माणसांना नोकरीला मुकावे लागत आहे. अशी माणसेही साहजिकच व्यवसायाकडे वळतात. वाढती लोकसंख्या, वाढते शिक्षण, उपलब्ध तंत्रज्ञान आणि वाढत्या संधी यामुळे प्रचंड स्पर्धाही निर्माण

झाली आहे. ती अधिकाधिक तीव्र होत जाणार आहे. त्याला आपल्याला तोंड द्यावे लागणारच आहे. ही गोष्ट अपरिहार्य आहे.

स्पर्धेवर मात करण्यासाठी

वर वर्णन केलेल्या वातावरणात लघुउद्योजकांना आपले अस्तित्व टिकवून आपला विकास करीत राहायचे आहे. त्यासाठी खालील गोष्टी करणे आवश्यक होणार आहे :

- आपल्या व्यवसायासंबंधीचे तांत्रिक आणि व्यावसायिक ज्ञान अद्ययावत ठेवणे.
- 'आम्ही आमच्या पद्धतीने उत्तम आहोत' हे धोरण बदलून आपल्याला यातही काय बदल घडवून आणून जास्त कार्यक्षम होता येईल, याचा विचार सतत करावा लागेल.
- दर्जा ही आता स्पर्धात्मक धार नाही तर तो प्रवेशाचा परवाना होत आहे. वाजवी किंमत ही स्पर्धात्मक धार होते आहे. दर्जासाठी विविध प्रमाणपत्रे असणे आवश्यक होणार आहे.
- खर्च कमी करणे, त्यावर नियंत्रण आणणे यामुळेच व्यवसाय फायदेशीर ठरणार आहे. ग्राहकांचे पूर्ण समाधान हाच गुरुमंत्र ठरणार आहे.
- शासकीय धोरणे, करपद्धती, कायदे-नियम यांची अद्ययावत माहिती ठेवावी लागणार आहे.
- आपले स्पर्धक कोण? त्यांच्या आणि आपल्या क्षमता, कमतरता, संधी आणि धोके यांचा सतत अभ्यास करणे गरजेचे होणार आहे. त्यातूनच स्पर्धात्मक धार प्राप्त होणार आहे.
- विक्री आणि वितरणाच्या आधुनिक तंत्रज्ञानाचा वापर अपरिहार्य होणार आहे. इंटरनेट, वेबसाईट्स, उत्तम माहितीपत्रके आणि जाहिरातीच्या आगळ्यावेगळ्या पद्धती वापरणे उपयुक्त ठरेल.
- दूरचा आणि आंतरराष्ट्रीय बाजारपेठेचा विचार डोळ्यासमोर ठेवावा लागणार आहे.
- वेळेवर पुरवठा, उत्तम दर्जा, उत्तम पॅकिंग आणि तत्पर विक्रीपश्चात सेवा आवश्यक ठरतील.
- संघटित प्रयत्न महत्त्वाचे आणि परिणामकारक होणार आहे.

लघुउद्योग सुरू करण्यासाठी आणि त्याचा विकास करण्यासाठी उद्योजकांना सतत जागृत राहायला हवे. परदेशी खरेदीदार आणि गुंतवणुकदार यांचे लक्ष आणि नेमक्या गरजा समजावून घ्यायला हव्यात. अर्थात, सरकारी पातळीवर पण असे प्रयत्न अधिक जोमाने आणि व्यापकपणे व्हायला हवेत. आता आपल्या देशातील अंतर्गत सोयी-सुविधाही वाढत आहेत. त्यांची गतीही वाढण्याची गरज आहे. भरपूर संधी उपलब्ध होत आहेत. त्यांचा नेमका फायदा घ्यायला हवा. तरुणांमध्ये क्षमता आणि इच्छाही आहे. पण विविध पातळ्यांवरून त्यांना योग्य मार्गदर्शन आणि पाठबळ मिळायला हवे. आपल्या पत पुरवठ्यातदेखील सुधारणा होण्याची गरज आहे. भारतातील व्याजाचे दर हे अन्य देशांच्या मानाने जास्त आहेत. त्यामुळे उत्पादन खर्च वाढतो, याचाही विचार सर्वत्र व्हायला हवा. भारतात आंतरराष्ट्रीय गुंतवणुकही तुलनेने कमी होत आहे. याची कारणे स्पष्ट आहेत. म्हणून त्यावर त्वरित आणि नेमकी उपाययोजना व्हायला हवी.

'कमी खर्चात उत्तम उत्पादन' आणि उत्तम उत्पादकता ही मार्गदर्शक तत्त्वे आहेत. किंबहुना हे उद्योगात आता परवलीचे शब्द मानले जातात. परंतु यासाठी प्रशिक्षित, संख्येने कमी पण अधिक उत्पादक कामगारांची गरज असते. त्याच्या निर्मितीवर जोर हवा. प्रत्येक गोष्टीला उत्पादकांच्या वेगाने प्रतिसाद मिळण्याची गरज दिवसेंदिवस वाढतच जाणार आहे. आज लघुउद्योजकांच्या फार प्रभावी संघटना दिसत नाहीत. ही सर्व कामे प्रभावी संघटनांमार्फत जास्त कार्यक्षम आणि नेमके लक्ष केंद्रित करून करता येणार आहेत. सरकारी धोरणातही नेमका बदल आणि अंमलबजावणीची गती वाढणे गरजेचे आहे. आपण आपल्यापुढे वाट पाहणाऱ्या अनेक संधींचा नेमका फायदा करून घेणे हेच यशाचे गमक ठरणार आहे.

सतत तीव्र होणारी जागतिक स्पर्धा, भारतातील होतकरू तरुणांची वाढणारी संख्या, वाढत्या शैक्षणिक सोयी आणि संस्था, उपलब्ध नोकऱ्यांचे कमी होणारे प्रमाण त्यामुळे स्वतःच्या उद्योगांकडे वळणाऱ्यांची संख्याही वाढणार आहे. त्यासाठी दर्जा, शिस्त, वेळेवर मालाचा पुरवठा, प्रशिक्षित कर्मचारी आणि उत्तम व्यवस्थापन यावर नेमके लक्ष केंद्रित करायला हवे. उपलब्ध माहितीचा अभ्यास करून काम केल्यास यश निश्चित आहे.

□□

३२

आपली कल्पकता मोजा

कल्पकता, प्रतिभा म्हणजे अचानक प्रगटलेले तेज. मनात आलेली एक नवीन कल्पना. तरी यात ९९% कष्ट आणि १% नशिबाचा भाग असल्याचे अल्बर्ट आईन्स्टाईन यांचे म्हणणे आहे. कल्पकता ही माणसाला अडचणीच्या काळात तर खात्रीने उपयोगी पडतेच; पण त्याच्या भरभराटीचा काळ अधिक भरभराटीचाही करू शकते. (भारत सध्या अशाच काळातून जातो आहे. त्यासाठी सर्व भारतीयांच्या कल्पकतेची गरज आहे.) गणिती भाषेत कल्पकता अशी मांडता येईल :

कल्पकता = ज्ञान ह्न कल्पनाशक्ती ह्न चिकित्सक विचार

ज्ञान = कामाच्या क्षेत्रातील मूलभूत माहिती.

कल्पनाशक्ती = कल्पना सुचण्याची शक्ती

चिकित्सक विचार = चांगले किंवा वाईट, खरे किंवा खोटे हे ठरविणे.

अशी ही महत्त्वपूर्ण कल्पकता मोजायची कशी हा नेहमीच प्रश्न पडतो.

खालील प्रश्नांची उत्तरे शोधून बघा. म्हणजे आपण किती कल्पक आहोत हे ठरविता येईल. आपल्या प्रतिक्रियेप्रमाणे अ, ब किंवा क वर बरोबरची खूण करा.

१. मी जेव्हा अडचणींचा सामना करतो तेव्हा ....
   अ) अडचणी बाजूलाच टाकतो.
   ब) अडचणी सोडवण्याचा थोडा प्रयत्न करतो; पण लवकर थकतो.
   क) काहीही झाले तरी ठरवलेले काम करतोच.

२. बऱ्याच वेळा काही महत्त्वाच्या गोष्टींशी आपला प्रत्यक्ष संबंध नसतो तेव्हा मी ...
   अ) त्याकडे दुर्लक्ष करतो.
   ब) फारसे प्रश्न न विचारता, त्याबद्दल माहिती काढतो.
   क) त्यातील माहितगारांना सतत प्रश्न विचारून सखोल माहिती घेतो.

३. निर्णय घ्यायचा असतो तेव्हा मी...
   अ) निर्णयासाठी इतरांकडे वळतो.
   ब) इतरांची मते विचारात घेऊन मीच निर्णय घेतो.
   क) माझ्याच तर्कावर मी स्वत:च निर्णय घेतो.

४. जेव्हा धोका पत्करायचा असतो तेव्हा मी...

    अ) नेहमीच सुरक्षिततेचा विचार करतो.

    ब) मिळणारे फायदे धोक्याच्या मानाने जास्त आहेत का? हे बघतो.

    क) आव्हानांचा स्वीकार करतो.

५. समूहात चर्चा करताना ...

    अ) शांतपणे फक्त दुसऱ्यांचीच मते ऐकणे पसंत करतो.

    ब) माझ्या स्तराच्या माणसांबरोबर माझ्या सूचना आणि कल्पना मांडतो.

    क) चर्चा कुणाशीही का असेना, मी उत्साहाने भाग घेतो.

६. मित्र आणि सहकाऱ्यांचा विचार करताना मी...

    अ) इतरांचा फारसा विचार किंवा काळजी करीत नाही.

    ब) सर्वच मित्रांत मी फार लोकप्रियही नाही.

    क) प्रत्येकजणच मला आवडतो.

७. माझ्या वागणुकीचा जेव्हा प्रश्न येतो, तेव्हा मी...

    अ) समवयस्कांना हवे तसेच मी वागतो.

    ब) समाजाची भीती न बाळगता मला हवे तसेच वागतो.

    क) मी टीकेकडे दुर्लक्ष करून उत्स्फूर्तपणे वागतो.

८. मला जेव्हा नवीन कल्पना सुचते तेव्हा मी...

    अ) इतरांनी विचारल्याशिवाय तिचा उल्लेखही टाळतो.

    ब) इतरांनी टीका केल्यास त्यावर चर्चा टाळतो.

    क) ती दुसऱ्यांनी स्वीकारावी म्हणून प्रयत्न करतो.

९. विचारल्यास माझ्या कल्पकक्षमतेबद्दल मी भावनिक होतो आणि म्हणतो...

    अ) मी भावनिक नाही आणि विचारही करीत नाही.

    ब) माझ्या कल्पनाक्षमतेबद्दल अधिकच भावनिक होतो.

    क) अधिक भावनिक न होता विचार करू शकतो.

१०. काम आणि जबाबदारीचा विचार करताना मी...

    अ) पूर्ण समाधानी आहे.

    ब) मी असमाधानी आहे आणि सुधारण्याचा विचार करतो.

    क) कधीच समाधानी नसतो. नवीन आणि उत्तमाचा सतत शोध घेतो.

आपल्या प्रतिक्रियेस खालीलप्रमाणे गुण द्या :

अ = ०, ब = ५ आणि क = १०

आपल्या गुणांची बेरीज ....

आपल्या गुणांची बेरीज करा आणि पुढील माहितीवरून मूल्यांकन करा.

४० ते ६० : आपल्यात बरीच ताठरता आहे.

६१ ते ८० : आपल्यात चांगली कल्पकता आहे.

८१ ते १०० : आपल्यात उत्तम कल्पकता आहे.

□□

३३

वेळेचे व्यवस्थापन : गैरसमज आणि वस्तुस्थिती

वेळेच्या व्यवस्थापनाबद्दल काही गैरसमज आहेत. त्यामुळे वेळेच्या व्यवस्थापनाकडे नीट लक्ष दिले जात नाही. त्यामुळे आपले प्रयत्न कमी पडतात. आपल्याला कामाचे प्राधान्यक्रम ठरवणे अवघड आहे, असे वाटते. काही महत्त्वाचे गैरसमज आणि वस्तुस्थिती अशी :

गैरसमज : माझ्या आयुष्याचं नियंत्रण बाह्य गोष्टी व घडामोडीच करतात.

वस्तुस्थिती : आयुष्यातील बहुतेक घडामोडींवर काही प्रमाणात आपलं नियंत्रण नक्कीच आहे. आपणच आणि फक्त आपणच या घटनांवर नियंत्रण राखायचे असते. आपण निवड करण्यापूर्वी आपण काय करू शकतो आणि काय करू शकत नाही, ही जाण महत्त्वाची आहे. या गोष्टी आपण शिकू शकतो. भविष्याचा विचार करा आणि कोणत्या बाह्यगोष्टींची पूर्तता आपल्याला करावी लागणार आहे, हे ठरवा. या विचारांमुळे बाह्य गोष्टींची फारशी ढवळाढवळ न होता योग्य काय ते ठरविणे सोपे जाते आणि हे आपल्या वेळापत्रकात बसविता येते.

गैरसमज : मला प्रत्येकाच्या अपेक्षांची पूर्ती करणे आवश्यक आहे.

वस्तुस्थिती : बऱ्याच वेळा आपल्या जीवनपद्धतीत इतरांच्या गरजा आणि मागण्या अगदीच विसंगत वाटतात. त्या अयोग्य वेळी अनेक प्रश्न निर्माण करणाऱ्या आणि अव्यवहार्य, अशक्य कोटीतील वाटतात. त्यांचे प्राधान्यक्रमही आपल्यापेक्षा खूप वेगळे वाटतात. त्यांच्या अपेक्षा पूर्ण करणे म्हणजे आपल्याला आणि आपल्या गरजांना मुरड घालणे नाही का? यासाठी आपण आपल्या गरजा काय आहेत याचा स्पष्ट विचार करायला हवा. त्यानंतर आपण इतरांचा विचार करावा.

गैरसमज : मला काहीच मर्यादा नाहीत.

वस्तुस्थिती : मी भगवंताचे एक अपूर्ण उत्पादन आहे, हे लक्षात घ्या. आपल्यात अनेक कमतरता आहेत याची जाणीव ठेवली नाही तर आपण परिपूर्णवादी व्हाल. परिपूर्णतावादी लोक नेहमीच आपली कामे पुढे ढकलतात. कारण त्यांना हवी असणारी परिपूर्णता अशक्य कोटीतील असते. जसे की, कोणताही नियम परिपूर्ण होऊच शकत नाही. अनेक प्रयत्न करूनही त्यात त्रुटी राहतातच. परिपूर्णतेसाठी केली जाणारी चालढकल, गैरसोय आणि स्वत:वर अविश्वास निर्माण करतात. त्यामुळे अनेक तोटे होतात.

□□

३४

ग्राहकराजा...

गेल्या काही वर्षांत आपल्या भारतातील व्यवसायांच्या दृष्टिकोनात एक महत्त्वाचा बदल होत आहे. कोणता असेल हा बदल? आपली बाजारपेठ उत्पादकांकडून ग्राहकांकडे झुकते आहे. वाहन उद्योगातील दोन उदाहरणे घेऊ. सध्याच्या टाटा मोटर्स आणि बजाज ऑटो या कंपन्या काही ठरावीक प्रकारचीच वाहने बनवीत असावयाच्या. त्यांच्या संख्येलाही काही मर्यादा होत्या. पण बाजारात मागणी इतकी प्रचंड होती की, नेहमीच त्यांच्या उत्पादनासाठी मोठी यादी असे. त्यांची वागणूकही ग्राहकांची आम्हाला कमी नाही अशीच असे. ग्राहकही पाहिजे ती तडजोड करून वाहन खरेदी करीत असत. आता मात्र निर्माण झालेल्या स्पर्धेमुळे असेल कदाचित पण या कंपन्याही ग्राहकांच्या गरजा लक्षात घेऊ लागल्या आहेत. ग्राहकांशी वागण्यात त्यांच्यात आमूलाग्र बदल झालेला जाणवतो आहे. आज आपल्याला या वाहनांसाठी उत्तम दर्जाचे आणि योग्य किमतीचे अनेक पर्याय उपलब्ध आहेत. त्यामुळे व्यवसायातील मक्तेदारी मोठ्या प्रमाणात कमी होते आहे. मंडईतील भाजी विक्रेत्यांपासून तर मोठमोठ्या उत्पादकांपर्यंत सर्व विक्रेत्यांमध्ये मार्दवता आलेली जाणवत आहे. ग्राहकांशी वागणूक आणि व्यवहार गोड होऊ लागले आहेत. त्यांच्या गरजांची आणि अपेक्षांची दखल घेतली जात आहे. आपला व्यवसाय आपल्या ग्राहकांवर अवलंबून आहे. त्याच्या गरजेप्रमाणे त्याला हव्या त्या दर्जाच्या, हव्या त्या वेळी आणि त्याला परवडतील अशा योग्य किमतीत जर वस्तू अथवा सेवा पुरवल्या तरच आपण व्यवसायात टिकू शकू याची स्पष्ट कल्पना उत्पादकांना आली आहे. ग्राहकांविषयी महात्मा गांधींनी मांडलेली संकल्पना खऱ्या अर्थाने मूर्त स्वरूपात येऊ लागली आहे. ग्राहक हा देव नाही तर राजा म्हणून ओळखला जाऊ लागला आहे. यासंबंधी सर्वसामान्यांच्या मनात येणाऱ्या काही प्रश्नांचा विचार आपण करणार आहोत.

ग्राहक म्हणजे कोण?

ज्या व्यक्तीला किंवा व्यक्तींच्या समूहाला वस्तू किंवा सेवा मिळतात अथवा पुरवल्या जातात, त्यांना 'ग्राहक' असे म्हटले जाते. याचीच थोडी व्यापक व्याख्या पुढीलप्रमाणे : उत्पादकाने तयार केलेल्या किंवा पुरवलेल्या वस्तू अगर सेवांमुळे ज्यांच्यावर प्रत्यक्ष किंवा अप्रत्यक्ष परिणाम होतो, त्यालासुद्धा 'ग्राहक' असे म्हणता येईल.

महात्मा गांधींची ग्राहकांबद्दलची संकल्पना

''आपल्या परिसरात आलेली सर्वांत महत्त्वपूर्ण व्यक्ती म्हणजे आपला ग्राहक आहे. ती व्यक्ती आपल्यावर अवलंबून नाही तर आपण त्याच्यावर अवलंबून आहोत. ती व्यक्ती आपल्या कामात अडथळा नाही. ती तर आपल्या कामाचे प्रयोजन आहे. ती आपल्या परिसरात आलेली कोणी पाहुणी व्यक्ती नाही. ती आपल्या सर्व प्रक्रियांचा एक महत्त्वपूर्ण भागच आहे. आपण त्याला सेवा देऊन त्याच्यावर उपकार करीत नाही. तशी संधी देऊन तोच आपल्यावर उपकार करीत आहे.''

मागील शतकात काढलेले महात्मा गांधींचे उद्‌गार आजही आपल्याला किती मार्गदर्शक आहेत नाही?

ग्राहकांचा पाठिंबा मिळवणे महत्त्वाचे का?

वर उल्लेख केल्याप्रमाणे पूर्वी बाजारात वस्तुंची, उत्पादकांची चणचण, तुटवडा असे. मागणी खूप होती त्यामानाने पुरवठा मात्र बराच कमी होता. बाजारात पुरवठादारांचे वर्चस्व होते. बाजारपेठ विक्रेत्यांची होती. त्यामुळे ग्राहकांना मिळेल तो, मिळेल तसा आणि मिळेल तेव्हा माल घेणे अपरिहार्य होते. सध्या बाजारपेठेत मालाची उपलब्धता भरपूर दिसत आहे. प्रत्येक वस्तूला आणि सेवेला भरपूर पर्याय उपलब्ध आहेत. याचाच स्वाभाविक परिणाम म्हणून ग्राहक चोखंदळ झाले आहेत. आता आपल्याला नेमके काय हवे आहे हे ते ठरवू शकतात. त्याप्रमाणे मागणीही करतात. त्यामुळे बाजारात ग्राहकांचा मान वाढला आहे आणि ते राजे बनत आहे. त्यामुळेच अनेक कारखानदार, उत्पादक आणि सेवा पुरवणाऱ्या संस्था आपल्या डिझाइन्स, दर्जा आणि किमतीच्या नियोजनात ग्राहकांच्या समाधानाला अग्रक्रम द्यायला लागले आहेत. दर्जा म्हणजे वस्तूंच्या अथवा सेवेच्या वापराने ग्राहकाला मिळणारे समाधान हा विचारही त्यांच्यात आता रूजू लागला आहे.

ग्राहकांच्या अपेक्षा कशा पूर्ण होतील?

ग्राहकांची साधी अपेक्षा अशी असते की, आपल्याला वेळेवर म्हणजेच पाहिजे तेव्हा, पहिल्या वेळेस आणि नंतर प्रत्येक वेळी चांगल्या दर्जाचाच आणि योग्य किमतीचा माल आणि सेवा मिळाव्यात. थोडक्यात, सर्वच ग्राहकांना उच्च दर्जाचा माल आणि सेवा वाजवी किमतीत आणि वेळेवर हवी असते. आपण ते करू शकलो तर ग्राहकांच्या अपेक्षा आपण पूर्ण करू शकू आणि त्यामुळे त्यांच्या सतत राहणाऱ्या पाठिंब्याचे हकदारही आपोआपच होऊ शकू. यातूनच एकदा जोडले गेलेले ग्राहकांचे नाते कायम तर राहीलच

आणि ते आपल्यासाठी निरंतर नवीन ग्राहकही आणून देतील. तसेच आपला माल आणि सेवा परत परत मिळवतील.

ग्राहकांचे वर्गीकरण

ढोबळमानाने ग्राहकांचे दोन प्रकार केले जातात, ते असे :

संस्थेची उत्पादने अगर सेवा विकत घेणारे : यांना बाह्य ग्राहक असे म्हणता येईल. आपल्याकडून मिळणाऱ्या समाधानावरच ते सतत आपल्याकडून माल घेऊन आपले अस्तित्व टिकवणार आहेत.

संस्थेत काम करताना अनेक प्रक्रिया केल्या जातात. एक प्रक्रिया पूर्ण करून ती पुढील प्रक्रियेसाठी दुसऱ्या कामगाराला दिली जाते. त्या व्यक्तीला किंवा पुढील प्रक्रियेला आपला अंतर्गत ग्राहक असे म्हणता येईल. ही संकल्पना मोठ्या उदाहरणाने समजावून घेऊ. जेव्हा अधिकाऱ्याने सांगितलेले पत्र त्याचा सेक्रेटरी त्याला तयार करून देतो, तेव्हा हा अधिकारी सेक्रेटरीचा अंतर्गत ग्राहक बनतो. पेंटींग विभागातले उत्पादन जेव्हा असेंब्ली विभागाकडे जाते तेव्हा असेंब्ली विभाग हा पेंटींग विभागाचा अंतर्गत ग्राहक बनतो. अंतर्गत ग्राहक हे एकमेकांना पूरक असतात. माल आणि सेवा घेणारे आणि देणारे हे अंतर्गत ग्राहक एकमेकांशी बांधले जाऊन एक मोठी साखळीच तयार होते. अशा व्यक्तींच्या अडीअडचणी आणि गरजा एकमेकांना समजणे गरजेचे आणि महत्त्वाचे असते. त्यांच्या अपेक्षेप्रमाणे आणि गरजेप्रमाणे अंतर्गत कामाची रचना करणे फारच उपयुक्त असते. अंतर्गत ग्राहकच असमाधानी असतील तर त्यांना बाह्य ग्राहकांचे समाधान कसे मिळवता येईल? खोटे हसू आणि धन्यवाद फार काळ टिकू शकत नाहीत. त्यासाठी अंतर्गत ग्राहकांचे समाधान आवश्यक असते. संस्थेत काम करणारी प्रत्येक व्यक्ती बाह्य ग्राहकांच्या समाधानाला, संतोषाला जबाबदार असते आणि पूर्ण संस्था ही बाह्य ग्राहकांच्या संपूर्ण समाधानासाठी कटिबद्ध असायला हवी.

ग्राहकांचे समाधान कशा पद्धतीने करावे?

संस्थेतील प्रत्येक काम, त्याचे नियोजन आणि नियंत्रण यामध्ये ग्राहकाचा विचार डोळ्यांसमोर असायला हवा. हे करण्यासाठी संस्थेतील प्रत्येक व्यक्तीला 'ग्राहक केंद्रितता' या विषयाचे प्रशिक्षण देणे खूप गरजेचे आहे. यातूनच ग्राहकांशी कसे वागावे, त्यांच्याकडून आवश्यक माहिती कशी मिळवावी, हे सर्वांना समजणार आहे.

- ❍ प्रथम संस्थेतील अंतर्गत ग्राहकांचा शोध घ्या.
- ❍ प्रत्येकाला त्याचे काम आणि भूमिका समजावून सांगा.

- प्रत्येकाला आपल्या कामाचे परिणाम काय होतात, हे समजावून द्या.
- अंतर्गत आणि बाह्य ग्राहक कोण हे समजावून सांगा.
- जास्त स्पष्टतेसाठी एकमेकांच्या अपेक्षांचे अंतर्गत करार करणेही उपयुक्त ठरते.
- ग्राहकांच्या अपेक्षा काय आहेत? गरजा काय आहेत? त्यांच्या अडचणी काय आहेत? त्यात सुधारणा करण्यासाठी त्यांच्या सूचना काय आहेत? या सर्व गोष्टी जाणून घ्या.
- वरील गोष्टींचा शोध घेऊन योग्य कृतींची योजना तयार करा.
- वरील योजनेप्रमाणे कृती करा. कृतीचा परिणाम काय होतो ते पाहा.
- ग्राहकांकडे त्याची सतत विचारणा करा.

ग्राहकांचा संतोष निर्माण करण्यासाठी...

- संस्थेतील प्रत्येकाने आपापल्या भूमिका उत्तम पद्धतीने बजावायला हव्यात. व्यक्ती लहान किंवा मोठी असली तरी प्रत्येकाची प्रत्येक कृती महत्त्वाची असते.
- अंतर्गत ग्राहकांची काळजी न घेतल्यास बाहेरील ग्राहकांचे सतत समाधान मिळविणे अशक्यच आहे.
- ग्राहकांना आदराने वागवा. त्यांच्याशी योग्य संवाद आणि संबंध प्रस्थापित करा. त्यांची चूक होत असली तरी ती त्यांना नीट समजावून द्या.
- प्रत्येक कृती करताना तिच्या अखेरच्या परिणामांचा विचार करा.
- ग्राहकांना काय हवे त्याबद्दल जागृत, सतर्क आणि संवेदनाक्षम राहा.
- ग्राहक हा जे म्हणेल, सांगेल हे मनाशी पक्के ठरवून जर कामाला लागलो तरच आपल्या संस्थेला स्थिरता येणार आहे. आपली प्रगती आणि भरभराट होणार आहे.

सध्याच्या तीव्र स्पर्धात्मक वातावरणात यशाची महत्त्वाची किल्ली म्हणजेच विश्वासू आणि सतत आपल्याकडेच येणारे ग्राहक आहेत. त्यासाठी आपल्याला खालील गोष्टी उपयुक्त ठरतील.

- विचार आणि कृती यामध्ये प्रामाणिकपणा आणि पारदर्शकता हवी.
- आपण दिलेला शब्द, आणि वचने पाळा. आपण कबूल केलेल्या सर्व गोष्टी करा.
- पहिल्यांदाच या सर्व गोष्टी बरोबर करा.

- ग्राहकांशी व्यवहार करताना ग्राहकाची सुरक्षितता लक्षात घ्या. व्यावसायिकता, त्याचप्रमाणे स्वच्छ आणि प्रामाणिक व्यवहार नेहमी उपयोगी पडतो.

- ग्राहक आपल्या उत्पादनाकडे आणि सेवेकडे कसे बघतात? हे पडताळून पाहा. त्यात सतत सुधारणा करा. ग्राहकांच्या सोयीकडे वैयक्तिक आणि काटेकोर लक्ष द्या.

- ग्राहकांच्या नेमक्या गरजा लक्षात घेतल्या व त्या नीट समजावून घेतल्या तर त्यांचा विश्वास प्राप्त करून घेता येतो. त्यांच्या गरजा आणि अपेक्षा तशा साध्याच असतात.

- आपली उपलब्धता, पटकन संपर्क आणि वेळेवर केलेले काम याला सध्याच्या स्पर्धात्मक युगात फार महत्त्व आहे.

- ग्राहकांच्या शंकांचे आणि तक्रारींचे निराकरण योग्य वेळेत आणि योग्य पद्धतीने व्हायला हवे.

☐☐

३५

क्षमता - उज्ज्वल भवितव्यासाठी

एकविसाव्या गतीमान शतकात यश मिळविण्यासाठी नकारात्मक विचारपद्धती सहज वितळवू शकेल अशी सकारात्मक विचारधारा आपल्याजवळ असायला हवी. आव्हानात्मक आणि स्पर्धात्मक वातावरणात आपल्या काही उत्तम क्षमतांबरोबरच या सकारात्मक विचारधारेचा विकास जर का आपण करू शकलो तर नव्या शतकात उभे केलेले आव्हान आपण खात्रीने पार करू शकू. त्यासाठी खाली दिलेल्या नऊ गुणांचा छान उपयोग आपल्याला होणार आहे.

ताजे मन

सत्याकडे डोळेझाक करून नवे मन तयार होत नाही तर ते प्रखर सत्याच्या व्यवहारी विचाराने तयार होते. हे मन संपूर्ण परिस्थितीचा एकत्रित विचार करणारे हवे. त्यात समग्रता हवी, नावीन्य, ताजेपणा असायला हवा. जुन्या चांगल्या गोष्टी जपतानाही नवीन कोणत्या गोष्टींचा स्वीकार करणे उपयुक्त ठरणार आहे, याचाही विचार हवा.

उदाहरणांकडे लक्ष द्या.

माणूस हा मूलतः इतरांचे बघून ते अमलात आणणारा प्राणी आहे. नक्कल करणारा आहे. आणि असे करताना त्याला आदर्श व्यक्तिमत्त्वाची, घटनांची गरज भासते. चरित्रे, घटना या त्याला नेहमीच प्रभावित करीत असतात. चकीत करतात. त्यामुळे त्याकडे तो आकर्षित होतो. आपल्या कामाची प्रेरणा तो अशा उदाहरणातूनच घेत असतो.

भवितव्य केंद्रितता

स्थिर नोकरी, एकाच कंपनीत, एकाच ठिकाणी काम ही गोष्ट आता इतिहासजमा होत चालली आहे. आपल्याकडील बहुतेक कंपन्या त्यांच्या कार्याचा विस्तार देशात इतरत्र आणि परदेशातही करू लागल्या आहेत, करणार आहेत. सर्वच कामाची पुनर्बांधणी होत आहे. कंपन्यांची जागतिक जाळी तयार होत आहेत. अनुभवाचा फायदा आणि भावी गरजा लक्षात घेऊन कामगारांचे स्थलांतर करावे लागणार आहे. त्यामुळे उत्तम क्षमता असणाऱ्यांना खूप चांगले भवितव्य आहे. परंतु त्यासाठी स्थिर होऊन चालणार

नाही. जोश वाढवायला हवा. डायनामिक व्हायला हवे. आपल्या राहत्या गावीच काम मिळावे हे जडत्व आता संपवावे लागणार आहे. स्थित्यंतर ही दैनिक गरज होणार आहे.

दर्जेदार उत्पादन

जागतिकीकरणामुळे देशात आणि परदेशातही जीवघेणी स्पर्धा निर्माण झाली आहे. त्यामुळे उत्तम संधी निर्माण होत आहे. त्याचबरोबर ग्राहक चोखंदळ होऊ लागले आहेत. आधुनिक उत्पादनाची आणि उत्तम दर्जाची अपेक्षा ते करू लागले आहेत. स्वत:च्या कौशल्यावर आपला व्यवसाय उभा असेल तर आपले हात, आपली साधने, आपली हत्यारे यावरच आपण अवलंबून असतो. त्यासाठी आता आपल्या अवतीभोवती घडणाऱ्या बदलांबद्दल सावध असायला हवे. माझ्या मते, आता दर्जा ही स्पर्धात्मकबाब राहिली नाही; तर तो बाजारात उभे राहण्याच्या प्रवेशाचा परवानाच झाला आहे. तो तर हवाच पण दर्जेदार उत्पादनाबरोबर त्याची योग्य, वाजवी किंमत हीच स्पर्धात्मक धार होऊ लागली आहे.

उत्तम सेवा

या शतकात उत्तम सेवा याला नवा आयाम मिळतो आहे. नवा अर्थ प्राप्त होतो आहे. ग्राहकांना तत्पर आणि सस्मित सेवा याबरोबरच, आपल्या सहकाऱ्यांनाही उत्तम सेवा आणि वागणूक देण्याची गरज निर्माण होत आहे. आपसातील उत्पादकातील उत्तम संबंध हे तत्पर ग्राहकसंबंधांना वंगण पुरवणार आहेत. व्यवस्थापकांना कामगारांबरोरच्या संबंधाची एक प्रभावी साखळी निर्माण करावी लागणार आहे. त्यात त्यांना शिक्षक, समुपदेशक, सल्लागार, मित्र अशा विविध भूमिका कौशल्याने निभावाव्या लागणार आहेत. त्यांच्या बाजूने उभे राहून चर्चा करून, सुसंवाद साधून त्यांना सामर्थ्य देऊन, आपल्या कल्पना देऊन प्रभावित करावे लागणार आहे. आपल्या कौशल्यांची देवाणघेवाण करून व्यक्तिगत प्रभाव पाडावा लागणार आहे. सेवा फक्त किमतीवर किंवा कुणाला कोणाची किती गरज आहे यावर अवलंबून राहणार नाहीत. आपल्या स्वभावाचा पगडा त्यावर पाडावा लागणार आहे. गटातील सहकाऱ्यांबद्दल खरी कळकळ वाटायला हवी. सध्याच्या नेतृत्वाच्या गुणांमध्ये मोठेच परिवर्तन घडवायला लागणार आहे. आपसातील संबंध, लोकांना स्वयंस्फूर्त करण्याची कला, संघ बांधणी. पुढाकार घेऊन कौशल्यांची निर्मिती आणि देवाणघेवाण करावी लागणार आहे.

कामातील बदल

मागे आपण बघितले आहेच की, येणाऱ्या काळात कायमस्वरूपी नोकऱ्या कमी

कमी होत जाणार आहेत; तर नेमकी कामं मात्र वाढत जाणार आहेत. कामाच्या या रूपांतरामुळे बहुतांशी कामांमध्ये ज्ञानाचा वापर वाढणार आहे. त्यामुळे कामात नवनवीन कल्पनांचा वापर वाढणार आहे. अनेक युक्त्यांचा उपयोग करावा लागणार आहे. माहितीची प्रचंड मोठी भांडारे हाताळणे गरजेचे होणार आहे. त्यातून निर्माण होणाऱ्या निष्कर्षाचा वापर दैनंदिन कामात करावा लागणार आहे. पाट्या टाकणारे कामगार राहणार नाहीत. व्यवस्थापकांना सुशिक्षित व ज्ञानी कामगारांकडून काम करून घेऊन संपत्ती आणि समृद्धी वाढवावी लागणार आहे. व्यवस्थापक म्हणजे कल्पनांचा स्रोत असावा लागणार आहे. या कौशल्यांनाच प्रचंड मागणी येणार आहे.

कृषी प्राधान्य

अभ्यास आणि तालीम यामुळे उत्तम परिणाम मिळतात. खेळाचा सराव आणि गाण्याचा रियाज असाच हा प्रकार असतो. अखंडपणे उत्तम काम करीत राहणे आणि कामावर निष्ठा ठेवणे यामुळे कामाचा स्तर उंचावतो. यासाठी कठोर स्वयंशिस्त लागते पण उत्तम भवितव्य आणि समाधान मिळवण्याचा हाच प्रभावी मार्ग ठरणार आहे.

संधी शोधण्याची कौशल्ये

तयार नोकऱ्या कमी होणार असल्यामुळे काम मिळवण्यासाठी कामे शोधण्याची कौशल्ये विकसित करावी लागणार आहेत. अशा शोधांच्या मजबूत पायावरच आपली दीर्घकालीन आणि नेमकी भवितव्ये उभी करावी लागणार आहेत. कामेही अगदी सहज उपलब्ध होणार नाहीत. संधी शोधणे आणि तिचा फायदा घेणे ही कौशल्ये भविष्यात स्पर्धात्मक ठरणार आहेत. जिज्ञासा ही शोधाची खरी सुरुवात आहे. त्यामुळे जे लोक माणसाचा कल, वेगवेगळी माणसे, आसपास घडणाऱ्या घटना, उपलब्ध गोष्टी, लोकांच्या गरजा आणि बाजारपेठ यांचा बारकाईने अभ्यास करतील, होणाऱ्या बदलांबद्दल जागरूक राहतील त्यांनाच उत्तम संधी उपलब्ध करून घेता येतील. सतत संशोधक वृत्तीचा वापर खूपच फायद्याचा ठरणार आहे.

सतत शिकण्याची तयारी

एखादे शिक्षण घेऊन नोकरी वा व्यवसाय सुरू केला की शिक्षण ही प्रक्रिया थांबतेच. परंतु ही गोष्ट आता मोडीत काढावी लागणार आहे. जी माणसे आपल्या ज्ञानात, कौशल्यात सतत भर घालणार आहेत, घालतील, सतत शिकत राहण्याची आपली क्षमता वाढवीत जातील ती माणसे यशस्वी होतील. सौ. पूनावाला यांनी संगणकाचा मूलभूत अभ्यासक्रम वयाच्या साठाव्या वर्षी चक्क नियमित वर्गाला जाऊन पूर्ण केला. नवीन कला-कौशल्ये, सतत शिकण्याची आणि ती व्यवहारात आणण्याची जिद्द आपल्याला नवीन शतकात

यशस्वी ठरवणार आहेत. इनफोसिस या जगप्रसिद्ध भारतीय कंपनीत नोकरी देताना आणि पदोन्नती देताना, बढती देताना या कौशल्यास प्राधान्य दिले जाते. हे कौशल्य यापुढे आपल्या भवितव्याला आकार देणार आहे.

ही नऊ कौशल्ये आपल्याला या शतकातील भवितव्य घडवायला आणि ते उज्ज्वल करायला उपयुक्त नव्हे, तर अपरिहार्य ठरणार आहेत. यांच्या उपयोगानेच भविष्यातील अडचणींवर आपण नेमकी मात करू शकू. ही विचारधारा प्रत्यक्ष कृतीत उतरवणे, आपल्याच हातात आहे. आपण ही सुरुवात करू शकतो. आपली ताकद, क्षमता आणि कमतरता याचा शोध घेणे गरजेचे आहे. या सर्व गोष्टींचा नेमका अंदाज घेण्यासाठी विविध तंत्रेही उपलब्ध आहेत. त्यांचा उपयोग करायला हवा. ९०% लोक स्थिर भवितव्य पसंत करतात असा अनुभव आहे. परंतु येणाऱ्या शतकात त्यात मोठा बदल करणे आवश्यक ठरणार आहे. असे बदलच आपले भवितव्य अधिक उज्ज्वल करणार आहेत.

□□

३६

अंधारातून प्रकाशाकडे : विपश्यना

अज्ञानाकडून ज्ञानाकडे, दुःखातून दुःखमुक्ततेकडे, रोगग्रस्ततेतून आरोग्याकडे स्वःबलावर स्वतःस नेणारी अव्दितीय साधना.

खरं तर सध्या होत असलेली शास्त्रीय व तांत्रिक प्रगतीची घोडदौड इतक्या प्रचंड वेगाने होत आहे की, तिला घोडदौड न म्हणता विमानदौडच म्हणायला पाहिजे, नाही ! पण यामुळे माणसांच्या भोवतालच्या परिस्थितीत आश्चर्यजनक बदल होत आहे. सेकंदात आपण पृथ्वीच्या कोणत्याही कोपऱ्यात संपर्क साधू शकतो. असाध्य वाटणाऱ्या व्याधीतून सहज आपली सुटका करू शकतो. संगणकाच्या साह्याने मानवाशिवाय यंत्रे चालवू लागलो आहोत. इतकेच काय पण चंद्र, मंगळ यांसारख्या ग्रहांवर वसाहती करण्याची स्वप्ने पाहात आहोत. आपण माझ्याशी नक्कीच सहमत व्हाल की, जगले व गुहांतून राहणारे आपले पूर्वज व आपण याच्या भोवतालची परिस्थिती किती थोड्या वेळात किती प्रचंड प्रमाणात बदलली आहे व आपली सत्ता, संपत्ती, वैभव, दर्जा व मालमत्ता मिळवण्याची हावही प्रचंड प्रमाणात वाढली आहे.

या सर्वामुळे आपण दिवसेंदिवस बहिर्मुख होत चाललो आहोत व आपला आनंद ह्या सर्व बाह्य गोष्टींवर जास्तीत जास्त अवलंबून राहतो आहे. त्यामुळे आपण आपल्या आंतरिक सुखाच्या झऱ्यांना मात्र मुकतो आहोत. मुबलक प्रमाणात सुखसाधने असूनदेखील आपण जास्तीत जास्त असुरक्षित व असमाधानी होत आहोत. ही अशांतता कोणाही एका व्यक्तीपुरती मर्यादित न राहता त्यामुळे आपण अशांत कुटूंबे, अशांत गांवे, अशांत समाज, अशांत देश व अशांत जग निर्माण करतो.

आपण मनात विकार उत्पन्न करतो व मन विकारमय झाल्यावर दुःखी होतो; व्याकुळ होतो ही व्याकुळता कमी करण्यासाठी आपले मन आपण दुसरीकडे वळवितो व चेतन मनाचा भार थोडा हलका करण्याचा प्रयत्न करतो हेच विकार त्यामुळे आपल्या अचेतन मनात खोलवर रूजतात व हे संस्कार वेळ मिळेल तेव्हा वर येतात. मग आपण आपल्या मनाची अशांतता वाढवितो. अशा प्रकारे आपले मन अशांततेच्या दुष्ट चक्रात सापडते. या दुष्ट चक्रातून आपली मुक्तता करणे हीच मानवाची खरी समस्या आहे.

विपश्यनेचा उदय

सुमारे २५०० वर्षापूर्वी एका महामनवाचा उदय झाला. तो जगातील सर्व ऐहिक सुखाच्या अत्युच्च शिखरावर होता, मानवाच्या या समस्येची त्यास जाणीव झाली. माणसाला दुःख का होतं व त्याला या दुःखातून कसे मुक्त करता येईल याचा शोध घेण्याची प्रगट प्रेरणा त्यांना झाली आपल्या सर्व ऐहिक सुखांवर लाथ मारून, सर्वसंग परित्याग करून मानवाच्या या मुख्य समस्येवर उपाय शोधायचे त्यांनी ठरविले. अतोनात हालअपेष्टा सहन करून कुणाच्याही फार आहारी न जाता, आपल्या कुशाग्र बुध्दीच्या आधारे त्यांनी स्वतःला खऱ्या अर्थी मुक्त करून घेतले. दुःखमुक्तीचे अत्युच्च शिखर पादाक्रांत केल्यावर दुःखात पिचणाऱ्या करोडो लोकांबद्दलच्या करणेनं त्यांचे मृदू अंतःकरण भरून आले आणि दुःख मुक्तीसाठी आपण वापरलेले तंत्र त्यांनी सर्वांना खुले करून दिले. हे ध्यान-तंत्र पुढे 'विपश्यना' या नावाने ओळखले जाऊ लागले. हाच महामानव पुढे भगवान बुद्ध म्हणून प्रसिद्धी पावला.

आज जगाला ज्या विविध ध्यान-पध्दती माहीत आहेत, त्यात 'विपश्यना' ह्या ध्यान पध्दतीचे स्थान अद्वितीय असेच आहे. ही ध्यानपध्दती अतिशय सोपी व तर्कसंगत अशीच आहे. त्याचबरोबर हिच्या प्रामाणिक अवलंबनाने मानव खरी सुखशांती मिळवून आनंदी व उपयोगी जीवन जगून आध्यात्मिक जीवनाची अंतिम अवस्था प्राप्त करू शकतो. हे तंत्र जरी भगवान बुध्दांनी शोधून काढले असले तरीही त्यात कोणत्याही प्रकारची सांप्रदायिकता नाही. त्यामुळे कोणीही ह्या मार्गाचा अवलंब करून अंतिम उद्दिष्टापर्यंत पोहोचू शकतो.

विपश्यना ही प्राचीन भारताची आध्यात्मिक व सांस्कृतिक परंपरा आहे. ह्या तंत्राचा उल्लेख आपल्या वेदातही आढळतो. हजारो लाखो, भारतीयांनी ह्या तंत्राचा उपयोग करून साधनेचे अंतिम उद्दिष्ट जे 'निर्वाण' (मोक्ष) त्याची प्राप्ती करून घेतली आहे. परंतु कालाच्या ओघात हे तंत्र नष्ट झाले होते. शाक्य मुनी गौतम यांनी आपल्या कठोर परिश्रमांनी व त्यागमय तपाने हे तंत्र पुन्हा शोधून काढले. परत ह्या तंत्राचा उपयोग करून आपल्या कोट्यावधी देशबांधवांनी आपली मुक्तता करून घेतली. याच काळात सम्राट अशोकासारख्यांनी भारताचा इतिहास सुवर्णाक्षरांनी लिहिला. पुढे काळाच्या ओघात 'विपश्यना' हे तंत्र दूषित झाले व भारतातून ती विद्या लुप्त झाली. परंतु आजही ही विद्या ब्रह्मदेशात तिच्या शुध्द स्वरूपात काही थोड्या लोकांनी गुरू व शिष्य परंपरेने जतन करून ठेवली आहे.

विपश्यनेचा आधार

धर्माच्या मूलभूत आधाराशिवाय विपश्यना या तंत्राचा अवलंब खऱ्या अर्थाने

करता येत नाही. सत्य धर्माचा अंगीकार हा आपणाला समाज विन्मुख करून संन्याशी बनविणारा नसून सत्यधर्म ही एक जीवन जगण्याची कला आहे. आपणा सर्वांना सुख व शांततामय जीवन जगण्याची इच्छा असते. पण सुखाच्या भ्रामक कल्पनेमुळे आपले मन सत्यापासून भरकटत जाते व आपण आयुष्यातील खरे सुख व शांती यांना मुकतो.

आंतरिक शांतीतच खरे सुख सामावलेले आहे व ही शांती मन विकारहीन केल्यानेच लाभते. विकार-विहीनता ही चित्ताच्या निर्मलतेमुळं लाभते म्हणजेच ज्या माणसाला निर्मल चित्ताने जगता येते तोच खरी शांती आणि सुख भोगू शकतो. विकारविहीनतेने जगणे हीच खरी जीवन जगण्याची कला आहे. निर्मल चित्ताने जे आचरण घडते त्यालाच धर्म असे नांव आहे. आणि म्हणूनच धर्म हा वैश्विक आहे. त्याला कोणत्याही देशाचे किंवा संप्रदायाचे बंधन अशक्य आहे. तो सर्वांना सारखाच कायदा लागू करतो. मनात विकार निर्माण करणारा माणूस, मग तो हिंदू असो मुसलमान असो, ख्रिस्त असो वा जैन असो, भारतीय असो किंवा अमेरिकन असो तो दुःखी होणारच. त्याचप्रमाणे गनाची मलीनता कमी करणारा कोणीही असो तो त्या प्रमाणात सुख व शांतीचा अधिकारी होणारच. तेव्हा ह्या शुध्द धर्माचे स्वरूप सर्वांसाठी अतिशय कल्याणकारी व मंगलमय असेच आहे.

क्रोध, लोभ, वासना, भय, मत्सर, ईर्षा, अहंकार इत्यादी मनोविकारांकडून आपली शिकार होते आणि आपण हत्या, चोरी, व्यभिचार, असत्य, लबाडी, कपट, चुगली, परनिंदा करतो व स्वतःचा व इतरांचा संताप वाढवितो. आपल्या मनाची व्याकुळता वाढवितो व शांती गमावून बसतो. जेव्हा जेव्हा आपले मन या विकारापासून मुक्त होऊन निर्मल होते तेव्हा स्वाभाविकपणेच ते स्नेह, सद्‌भावना, मैत्री आणि करूणा यांनी भरून येते व आपण स्वतःस व इतरांस सुख व शांती देतो.

आपण आपल्या प्रत्येक कृतीचे जागृत राहून जर तटस्थ भूमिकेतून निरीक्षण केले तरच आपण आपले मन विकारमुक्त करू शकू सावधानतेने मन व चित्तवृत्ती यांचे सतत निरीक्षण करण्याचा अभ्यास म्हणजेच धर्म आचरण्याचा अभ्यास होय. ज्या अभ्यासाने आपल्या कर्माबद्दलची जागरूकता आणि सावधानता वाढते तोच शुध्द धर्माचा अभ्यास आहे.

शुध्द धर्माचे खरे सार तीन भागात विभागता येईल ते म्हणजे (१) शील (२) समाधी आणि (३) प्रज्ञा हे होय.

शील : सदाचारी राहाणे. वाणी आणि शरीराने घडणाऱ्या दुष्कर्मापासून स्वतःला सावरणे. म्हणजेच हिंसा, चोरी, व्यभिचारी, असत्य व अमली पदार्थाचे सेवन आपल्या हातून घडू न देणे.

समाधी : आपले मन ताब्यात ठेवून त्याला एकाग्र करून वर्तमानाबद्दल जागृत राहण्याचा अभ्यास करणे. कल्पनाविहीन यथार्थ आधारावर चित्ताची एकाग्रता म्हणजेच समाधी.

प्रज्ञा : जीवन जगता जगता जी बाह्य अवलंबने येतात त्यांचे आणि आतील मनःस्थितीचे जसेच्या तसे खरे स्वरूप ओळखीत राहणे. राग, व्देष, मोह यांच्या आसक्तीमुळे येणाऱ्या मलीनतेपासून मनाचे रक्षण करणे म्हणजे प्रज्ञा जागृत करणे होय.

दूध हे पुष्टिकारक आहे हे जाणून किंवा समजून जसा आपला देह पुष्ट होत नाही तव्दतच धर्माचे आहे. तो आचरणात आणल्याशिवाय आपल्याला कल्याणप्रद किंवा मंगलमय ठरत नाही.

विपश्यना म्हणजे काय?

आपली पंच ज्ञानेंद्रिये व मन यांचा ज्या ज्या बाह्य गोष्टीशी संबंध येतो त्या त्या गोष्टीचे ज्ञान व अस्तित्व त्या त्या वेळी आपणास होत असते. उदाहरणार्थ - गंध-नाक मन हे जेव्हा एकत्र येते तेव्हा त्या गंधाची जाणीव आपल्याला होते. प्रकाश - डोळे व मन एखाद्या वस्तूवर एकत्र आल्यास त्या वस्तूंचे अस्तित्व आपणास जाणवते.

स्थूलमानाने आपले मन हे चार कप्प्यांत विभागता येईल. पहिला कप्पा हा सतत माहिती गोळा करत असतो. दुसरा कप्पा ही माहिती आपल्या पूर्वी गोळा केलेल्या माहितीशी पडताळून बघत असतो. तिसरा कप्पा ह्या पडताळ्याच्या आधारे आपल्या शरीरावर विशिष्ट प्रकारच्या संवेदना निर्माण करत असतो व चवथा कप्पा ह्या संवेदनावर आपली प्रतिक्रिया व्यक्त करीत त्याचे मूल्यमापन करतो. ही क्रिया आपल्या मनात सतत व अती प्रचंड वेगाने सुरू असते व आपणास सुखी किंवा दुःखी बनवीत असते.

मनाच्या तीन कप्प्याचे कार्य अगदी नैसर्गिक व न थांबविता येणारे आहे पण ही चवथी आंधळी प्रतिक्रिया ही माणसाला दुःखी बनवीत असते व ती जर आपण डोळस करू शकलो तर आपण दुःख निवारण करून शांति मिळवू शकू. ह्या सत्याची प्रत्यक्ष अनुभूती हीच दुःख मुक्तीची पहिली पायरी होय.

विपश्यना ह्या तंत्राच्या अभ्यासाने ह्या कियेत सुसूत्रता येऊन प्रतिक्रिया थोडी उशिरा पण डोळस होण्यास मदत होते व मन सत्याच्या अनुभूतीस तयार करता येते.

शील व समाधी यांची जपणूक करून अंतःप्रज्ञा जागृत करण्याचा पवित्र अभ्यास म्हणजे विपश्यना. हळूहळू प्रज्ञा बलिष्ठ करीत करीत स्थितपज्ञ होण्याचा प्रयत्न म्हणजे विपश्यना. मोहाचे पटल असलेली एकांगी दृष्टी सोडून सत्य जसे आहे तसे त्याचे अनेकांशी बनून सर्वांगीण निरीक्षण करून साक्षीरूपी राहून यथार्थाचा खरा स्वभाव जाणून

घेणे म्हणजेच विपश्यना. आपले अलिप्त व निःसंग दर्शन म्हणजे विपश्यना.अनुकूल व प्रतिकूल परिस्थितीत आपले मन सम ठेवणे, त्या परिस्थितीला संतुलित मनाने कोणत्याही प्रकारचे विकार निर्माण न करता सामोरे जाणे हीच विपश्यना आहे.

विपश्यना म्हणजे सत्याची उपासना, सत्याने जगण्याचा अभ्यास. सत्य म्हणजे जसे आहे तसे यथार्थ. यथार्थ म्हणजे या क्षणाचा प्रत्यक्ष अनुभव वास्तव म्हणजे खरा असतो तो. इथे भूतकाळाच्या आठवणी किंवा भविष्यकाळातील कल्पना नसतात. भूत-भविष्यापासून मुक्त असणारे या क्षणाचे जे सत्य ते जसे आहे त्या स्वरूपात आहे तसे तटस्थपणे अनुभवणे, पाहाणे, समजावून घेणे हीच विपश्यना. विपश्यना म्हणजेच योग्य दर्शन, सम्यक् ज्ञान.विपश्यना हे पलायन नाही, जीवनाकडे पाठ फिरविणे नाही. विपश्यना ही खुल्या हवेत दृढ धरतीवर पाय ठेवून चालावयास शिकणारी कला आहे. हा बुध्दिविलास नाही तर शुध्द धर्मशीलता, जीवनात आणण्याचा विधी आहे. स्वतःसाठी व इतरांसाठी मंगलमय आचारसहिता आहे. कल्याणकारी जीवन पध्दती आहे.

अज्ञानाकडून ज्ञानाकडे, मलीनतेकडून निर्मलतेकडे, रोगग्रतस्तेतून आरोग्याकडे, दुःखातून दुःखमुक्ततेकडे स्वबलावर स्वतःस नेणारी ती अव्दितीय साधना आहे. विपश्यना हे आत्मज्ञान आहे. आपल्या मनाचे मालिन्य धुऊन काढण्याचे काम करून चित्त निर्मल करणारी धर्मगंगा व आरोग्यवर्धक संजीवनी म्हणजेच विपश्यना.

आपल्याला आयुष्यभर सतत साथ देणारा तो श्वास तो आपले मन व शरीर यांना जोडणारा एक दुवा आहे. त्याची मदत घेऊन आपण मनापर्यंत पोहोचू शकतो. विपश्यना तंत्राचा पहिला भाग या श्वासाच्या मदतीने आपणास समाधीपर्यंत नेऊन पोहचवितो. त्याला अनापान असे म्हणतात. दुसरा भाग आपल्या शरीरावरील संवेदनाच्या माध्यमातून आपली प्रज्ञा जागृत करून पुष्ट करतो व आपली आंधळी प्रतिक्रिया थांबवून आपल्याला खऱ्या सत्यापर्यंत नेऊन आपणास दुःखमुक्त करतो.

थोडक्यात म्हणजे विपश्यना हे ध्यान-धारणेचे एक तंत्र आहे. आपणास अंतर्मूख करणारा हा एक मार्ग आहे. याचा मुख्य भार आपल्या मनातील गुंतागुंत सोडवून, मनाचा मूळ स्वभाव जाणून अंतर्मनाच्या खोलीपर्यंत नेऊन आंतरिक अशा आनंदाचा ठेवा मिळवून आपणास समाजाची एक क्रियाशील सृजनशील व्यक्ती बनवून मानवाचे अंतिम साध्य जो मोक्ष तेथपर्यंत नेणे हा होय.

वर आपण अशांत व बेचैन का होतो ते पाहिले. आपले मन जेव्हा जेव्हा विकारामुळे विकृत होते तेव्हा ते अशांत होते आणि ही अशांती क्रोध, लोभ, ईर्षा, भय असुरक्षितता ह्या रूपाने बाहेर पडते. हे विकार का उत्पन्न होताय? अप्रिय घटनांच्या प्रतिक्रियेतून ह्या विकाराचा जन्म होतो. आपण ज्या प्रकारचे जीवन जगत असतो त्यात

अप्रिय घटना व प्रतिकूल परिस्थिती निर्माण होणारच. ह्या घटना कितीही प्रयत्न केला तरी आपल्याला टाळता येणार नाहीत. तेव्हा प्रिय व अप्रिय घटना घडल्या तरी आपण आपल्या मनाची शांती व तोल ढळू देता कामा नये. मार्गक्रमण करताना रस्त्यात दगडधोंड, विंचूकाटे येणारच. ऊन, पाऊस, थंडी-वारा, आपल्याला गाठणारच. यापासून आपणाला योग्य साधनाच्या मदतीने संरक्षण कयन घ्यावयास पाहिजेच. जीवन मार्गातून जाताना अनुकूल-प्रतिकूल परिस्थितीत आपल्या मनाची समता टिकविण्यास विपश्यना साधना आपला मार्ग सुकर करते व आपणाला संरक्षण देण्यास मदत करते.

मानवी मनाच्या समस्या

मानवी मनापुढे दोन खऱ्या समस्या आहेत. एक म्हणजे मनात विकार जागा होताच आपण सावध कसे व्हावे व दुसरी म्हणजे सावध झाल्यावर ह्या विकारांचे साक्षीभावाने निरीक्षण करून यातून कसे मुक्त व्हावे? भगवान बुध्दांनी या दोन गोष्टीचा खोलवर शोध घेतला तेव्हा त्यांना असे आढळले की, कोणत्याही कारणाने मनामध्ये जेव्हा एखादा विकार जागा होतो तेव्हा श्वासाच्या गतीत अस्वाभाविकता येते व शरीरात व शरीराच्या अंगप्रत्यंगात सूक्ष्म अशी कोणती तरी जैव रासायनिक क्रिया होऊ लागते. या दोन्हीही क्रिया पाहण्याचा जर अभ्यास केला तर प्रत्यक्षपणे आपल्या मनाने विकार तपासण्याचे कार्य घडू लागते व आपल्या मनात विकार का उत्पन्न होतात व त्यापासून आपणास कसे संरक्षित करता येईल याचे ज्ञान आपणास मिळू लागते. त्यामुळे आपले विकार क्षीण होऊन त्याचे हळूहळू निर्मूलन होऊ लागते. श्वासाच्या निरीक्षणास 'अनापान सती' असे म्हणतात.शरीरामध्ये रासायनिक प्रतिक्रिया होतात त्याव्दारे निर्माण होणाऱ्या संवेदनाच्या तटस्थ अवलोकनास 'विपश्यना' असे म्हणतात. ह्या श्वासाने आपले मन समतेत जाते व आपणास स्थितप्रज्ञ या अवस्थेचा प्रत्यक्ष अनुभव येतो. अनापान व विपश्यना या दोहोचा घनिष्ठ संबंध आहे.

या दोहोचा खोलवर अभ्यास केल्यास कोणत्याही कारणाने मनात विकार जागा होताच आपले लक्ष श्वासाची बदललेली गती व शरीरातील घडणाऱ्या रासायनिक प्रतिक्रिया, संवेदना याकडे जाईल व ही क्रिया आपल्याला सवध करील की, आपल्या चित्तधारेत कोणता तरी विकार उत्पन्न होत आहे. श्वास व संवेदनाच्या तटस्थ निरीक्षणातून आपले विकार क्षीण होऊन त्यांचे अपशमन व उन्मूलन होऊ लागले आहे. अशा निरीक्षणाच्या नित्य व नियमित अभ्यासामुळे नवीन विकारामुळे होणारी हानी थांबते व त्यापासून मनात खोलवर रूतलेली मुळे आपल्या मनपटलावर येऊ लागतात. याचेही तटस्थपणे अवलोकन केल्यावर एकेक करून जुने विकारही हळूहळू नष्ट होऊन मनात

शुध्दता व पावित्र्य वास करू लागते व आपण हळूहळू मुक्तीकडे वाटचाल करू लागतो. थोडक्यात आपल्या वाटेला आलेल्या जीवनाचा आले आहे त्या स्थितीत, स्वीकार करून त्याला आनंदाने सामोरे जाऊन आपल्या व इतरांच्याही कल्यांणासाठी मार्गक्रमणा करणे, आपल्या दुःखाचा खरा शोध घेत घेत दुःखमुक्त होणे. आपल्याबरोबरच इतरांच्याही कल्याणासाठी व मंगलासाठी जागरूक राहून कालक्रमण करण्यासाठी 'विपश्यना' आहे.

केलेल्या दोन शिबिरातून मिळालेल्या माहितीवरून व आचार्य गोयका यांच्या मी वाचलेल्या विविध वाङःमयांवरून हा लेख तयार केला आहे. याचा उद्देश 'विपश्यना' या तंत्राची शिकवण देण्याचा नसून त्याची आपणास माहिती द्यावी हा आहे. विपश्यना तंत्र शिकविण्याचा अधिकार फक्त तज्ज्ञ शिक्षकांचाच आहे. मी या मार्गातील पहिल्याच पायरीवरील एक साधक प्रवासी आहे. विपश्यनेचे तंत्रशुध्द शिक्षण विपश्यना विश्व विद्यालय, 'धम्मगिरी' इगतपुरी जि.नासिक येथे आणि भारतात त्याच्या अनेक अधिकृत शाखामध्ये पण मिळू शकेल. पुण्यातही स्वारगेट बस स्थानकाजवळ त्यांची शााखा आहे.

विपश्यना विश्वविद्यालय

भारतीय ऋषी प्रणालीबद्दल मला नितांत आदर व आकर्षण वाटते. हिंदु तत्त्वज्ञान व धर्मावर मी अनेक प्रवचने ऐकली व बरेच वाचन केले परंतु यामुळे मन अधिकाधिक अस्वस्थ होई व या सर्व बौध्दिक कसरती वाटत. यापलीकडे मनाच्या खोलीपर्यत पोहोचविणाऱ्या साध्या सोप्या मार्गाचा शोध घ्यावा अशी तीव्र इच्छा निर्माण झाली. मित्रांबरोबर चर्चा करताना बौध्दिक पातळीच्या पलीकडे व मनाच्या खोलीपर्यत जाण्यासाठी प्रत्यक्ष अनुभूतीपर्यत पोहोचवणाऱ्या नासिकजवळील इगतपुरी येथील संस्थेची माहिती कळली. ही संस्था 'विपश्यना विश्वविद्यालय' म्हणून ओळखली जाते या संस्थेत शुध्द स्वरूपातील धर्माचे शिक्षण दिले जाते. त्याचबरोबर ध्यान कसे करावे हे शिकवून आपल्याकडून प्रत्यक्ष ध्यान करून घेतले जाते. मनाच्या शोधासाठी ह्या ध्यानाचा फार चांगला उपयोग होतो. मला या संस्थेबद्दल अतिशय आकर्षण निर्माण झाले व तेथे जाऊन दहा दिवसांचे प्रशिक्षण घ्यावयाचे मी ठरविले. व त्याप्रमाणे तयारीला लागलो. अशा अद्वितीय परंतु पुरातन भारतीय ध्यानतंत्राचा अभ्यास करायला माझे मन खूप उत्सुक होते.

इगतपुरी रेल्वे स्थानकावर उतरून आम्ही एका छोट्या टेकडीकडे चालायला सुरूवात केली. विपश्यना विश्वविद्यालय हे एका छोटेखानी टेकडीवर बसविलेले आहे.

रस्त्यावरून परदेशीय लोकांचे बरेच घोळके जाता-येताना दिसत होते. माझे परंपराप्रिय मन व पुण्यातील अशा लोकांचा थोडा पुर्वानुभव यामुळे मी थोडा उदास व साशंक झालो. परंतु त्यांच्याबरोबर दहा दिवसांच्या सहवासानंतर माझे हे मत बदलले व त्यांच्या शिस्तबध्द व प्रामाणिक आत्मसमर्पणाचे मला कौतुक वाटले. 'धम्मगिरी' नांवाची ही टेकडी चढत असतानाच वातावरणात होणारा बदल मला जाणवू लागला. ही टेकडी सर्व बाजूंनी सुंदर अशा डोंगरांनी वेढलेली आहे. अतिशय शांत व उल्सित अशा वातावरणात आपण प्रवेश करीत आहोत ह्याची जाणीव मला क्षणाक्षणाला होऊ लागली.

इगतपुरी रेल्वे स्थानकापासून साधारणपणे एक किलो मीटर अंतरावर ही टेकडी आहे. येथील प्रत्येक गोष्ट सुरेख आहे. दारातील सेवाभावी पहारेकरी स्वयंसेवक, एवढेच काय पण येथील वनराईदेखील साधकांचे स्वागतासाठी सज्ज होती. शीतल वाऱ्याच्या लहरीवर वृक्ष डोलत होते. गुलाब व इतर फुलांनी झाडे फुलून आलेली होती. मोहरांनी डबरलेले आम्रवृक्ष व त्या सुगंधाने भरलेले वातावरण मन मोहित करून टाकीत होते.

संध्याकाळी आमच्या प्रशिक्षणासंबंधी थोडक्यात माहिती देऊन तेथे पाळावयाच्या नियमाबद्दल व असलेल्या बंधनाबद्दन गुरूवर्यांनी खुलासा केला. आम्हा प्रशिक्षणार्थीमध्ये असणारी विविधता खरोखरीच गमतीदार होती. आमच्यात पहारेकऱ्यापासून कारखानदारापर्यंत, विद्यार्थ्यांपासून प्राचार्यापर्यंत विविध वयाचे, विविध देशांतले, विविध प्रांतातले, विविध धर्माचे, पंथाचे व जातीने स्त्री पुरूष यांचे सुरेख मिश्रण होते. प्रशिक्षणार्थ्यांची संख्या सुमारे ३५० होती. ह्या विविधतेत मात्र एक एकता होती व ती म्हणजे विपश्यना शिकण्यासाठी लागणारा उत्साह व समर्पणाची व कठोर परिश्रमाची तयारी. 'विपश्यना' हे ध्यानाचे तंत्र शिकण्यासाठी दहा दिवस पूर्ण मौन पाळणे आवश्यक होते. बाहेरील जगाशी असलेला संबंध तोडून अंतर्मुख होण्यासाठी ह्या अनुशासन पर्याची अत्यंत आवश्यकता होती. ह्या सर्व नियमांचे संपूर्णपणे पालन होऊ शकेल असेच वातावरण आजूबाजूस होते व त्याचप्रमाणे ह्या प्रशिक्षणाची आखणी केली होती. भल्या पहाटे ३-४५ वाजता उठून रात्री ९ वाजेपर्यंत ध्यानधारणा करावी लागे. तसेच ३ वेळा एकेक तास 'अधिष्ठान' ध्यानाचे असत. ह्या तासात अजिबात हालचाल न करता सतत एक तास ध्यान करावे लागे. सकाळ-संध्याकाळची न्याहारी व दुपारचे जेवण व थोडी विश्रांती काय ती असे. आजूबाजूचा निसर्ग इतका सुरेश व निरामय होता की अंतर्मुख करणाऱ्या या वातावरणातही सूर्योदय-सूर्यास्ताबरोबरच ह्या निसर्गाशी जवळीक साधण्याचा मोह प्रयत्नानेही टाळता येत नव्हता. बऱ्याच वेळा भोवतालच्या अजाण वृक्षांच्या सळसळीने मन मोहरून जात असे.

रोज रात्री ७-१५ ते ८-१५ पर्यंत गुरूवर्य गोयकाचे प्रवचन असे. हे प्रवचन इतके अचूक मार्गदर्शक असे की, दिवसभरात मनात येणाऱ्या सर्व शंकांचे निरसन यात होत असे. त्याचबरोबर आतापर्यंत केलेल्या कामाचे मूल्यमापन करून पुढील कामासाठी योग्य ती प्रेरणा यातून मिळे. या सर्व प्रवचनांचा भर शुध्द धर्म म्हणजे काय हे समजाविण्याचा असे. शुध्द धर्म हा सर्व प्रकारच्या सांप्रदायापासून खूपच निराळा व जगातील कोणत्याही मानवाला मुक्तीपर्यंत नेणारा असाच असला पाहिजे हे पटवून दिले जाई. त्याचबरोबर श्री गुरूजी सांगत की, केवळ ऐकीव गोष्टीवर विश्वास ठेवू नका. कोणतेही सिध्दांत पिढ्यानपिढ्या चालत आलेले आहेत म्हणून त्यावर विश्वास ठेवू नका. ज्या गोष्टी अंगवळणी पडल्यामुळे चांगल्या वाटतात त्यांच्यावर विश्वास ठेवू नका. बहूसंख्य लोक डोळे मिटून काही गोष्टीचे अनुसरण करतात म्हणून तुम्हीही त्या गोष्टीवर विश्वास ठेवू नका. वडील माणसे व गुरूजन सांगतात एवढ्यावरूनच एखाद्या गोष्टीवर विश्वास ठेवू नकातर विचार करा व त्याचे निष्कर्ष तर्कसंगत असल्यास व सर्व जगाच्या हिताचे असल्यासच ते स्वीकारा आणि त्याप्रमाणे वागा. जी गोष्ट स्वानुभवाच्या पातळीवर उतरू शकत नाही ती दुसऱ्यासाठी कितीही चांगली असली तरी आपल्यासाठी तिची किंमत शून्यच आहे. या उपदेशाबरोबरच ह्या संस्थेचे संस्थापक व ह्या संस्थेचे मुख्य प्रवर्तक श्री गोयंकाजी साधकांना आत्मबोधासाठी स्वानुभवावरच विसंबून राहणे कसे जरूरीचे आहे हे समजावीत व अंतर्मनाच्या खोलीपर्यत पोहाचवून विपश्यनेव्दारा साधकास मोक्षाचे द्वार कसे खुले करावे हे सांगत. आतनुभवच आपणास अभंग शांती व मोक्षाप्रत नेतो.

विपश्यना ही जरी बुद्धप्रणीत असली तरी प्रत्यक्ष साधनेचा कोणत्याही धर्ममताशी, विधानाशी, मंत्राशी काहीही संबंध नाही. ह्या साधनेद्वारा श्वासोच्छ्वास व शरीरावर होणाऱ्या संवेदना ह्यांच्या तटस्थ निरीक्षणामुळे आपण अव्यक्त अशा मनापर्यंत सहज पोहोचू शकतो. श्वासोच्छवास व संवेदना ह्या नाण्याची दुसरी बाजू म्हणजे मन. ह्या साधनेव्दारा निसर्गाच्या क्षणभंगुरत्वाची जाणीव होऊन आपली आसक्ती व अहंकार गळून पडतात आणि आपणास राग (आसक्ती) व द्वेष कमी करण्यास मदत होते.

विपश्यनेची आधुनिक प्रेरणा

विपश्यना विश्व विद्यालयाच्या संकल्पनेचे प्रेरक व मूळ आधारस्तंभ आचार्य श्री.सत्यनारायणजी गोयंका यांचा जन्म ब्रह्मदेशातील रंगून या शहरात १९२४ साली झाला. एका सनातनी आई-वडिलांच्या मार्गदर्शनात त्यांचे बालपण गेले. पुरातन आध्यात्मिक व धार्मिक संस्कारातच ते वाढले. लहान वयातच त्यांनी आपल्या वडिलांना

त्यांच्या व्यापारात मदत करायला सुरुवात केली. पुढे मायग्रेनने (विशेष प्रकारची डोकेदुखी) त्यांना पछाडले. जगातील सर्व आधुनिक सुखे हात जोडून उभी असतानाच हा असाध्य विकार कां व्हावा? ह्या रोगाच्या उपचारार्थ त्यांनी सर्व देश पालथे घातले, परंतु त्याना योग्य उपचार मिळाला नाही. ब्रह्मदेशात परतल्यावर त्यांच्या एका मित्राने त्यांची गाठ मा.यु.वा.खिन (१८९९-१९७१) यांच्याशी घालून दिली. श्री.खिन यांच्याकडून विपश्यना हे तंत्र श्री.गोयंकाजी यांनी आत्मसात केले व मायग्रेन पासूनच नव्हे तर संसारातील सर्व तऱ्हेच्या दुःखापासून मुक्तीचा मार्ग संपादन केला ह्याच मार्गाचा अंगीकार करून भगवान गौतमांनी बुध्दत्व प्राप्त करून घेतले.

श्री.खिन यांनीही आपल्या आयुष्याची सुरूवात ब्रह्मदेश सरकारच्या अकौटस् खात्यात लिपिकाच्या (क्लार्क) हुद्द्याने केली. पुढे विपश्यना मिळविल्यानंतर त्यांचा कामाचा व्याप वाढून काम करण्याची क्षमता वाढून त्यांनी त्याच खात्यात अकौटंट-जनरल हे पद मिळविले. आपल्या खात्यातील भ्रष्टाचार त्यांनी आपल्या सहकाऱ्याची नीतिमत्ता वाढवून निपटून काढला. आपल्या कर्तृत्वावर त्यांनी चार वेगवेगळ्या खात्यांचे प्रमुख म्हणून काम केले व एक अतिशय कार्यक्षम व सद्शील अधिकारी म्हणून लौकिक मिळविला. दुसऱ्या महायुध्दानंतर त्यांनी आपल्या नेहमीच्या कामाचा व्याप सांभाळून 'विपश्यना' साधना शिकवावयास सुरूवात केली. रंगूनमध्यो त्यांचे विपश्यना शिक्षण केंद्र हे ह्या प्रकारचे जगातील पहिले केंद्र होते की, जेथे जगातील कुठल्याही साधकास ही साधना शिकता येत असे. त्यांच्याकडून विपश्यना साधना शिकण्यास ब्रह्मदेशाच्या अध्यक्षापासून विविध राजकीय मुत्सद्दी व वेगवेगळया क्षेत्रांतील नामवंत व प्रसिद्ध व्यक्ती येत होत्या.

श्री. खिन यांना गौतमबुध्दाबद्दल अपरंपार प्रेम होते. त्यांच्याच मातृभूमीतून त्यांनी शोधून काढलेली विद्या लुप्त झाल्याचे पाहून त्यांचे हृदय करूणेने भरून येई. प्राचीन भारताची विपश्यना ही विद्या भारतात कधी प्रस्थापित करता येईल ही त्यांची तळमळ होती. आपल्या गुरूजींची इच्छा पूर्ण करण्यासाठी श्री.गोयंकाजीनी ब्रह्मदेश सोडून भारतात येण्याचे ठरविले. भारतात विपश्यना ह्या अव्दितीय ध्यान साधनेचा प्रसार करून साधकाचे दुःख कमी करून त्यांना आत्मज्ञानाचा मार्ग उपलब्ध करून देणे हे आपल्या आयुष्याचे ध्येय त्यांनी ठरविले.

गुरूवर्य गोयंका यांनी भारतात खूप प्रवास केला. ठिकठिकाणी विपश्यना शिकविण्यासाठी दहा-दहा दिवस मुदतीची हजारो शिबिरे आयोजित केली. असंख्य लोकाकडून विपश्यना साधनेची प्रात्यक्षिके करवून घेतली विपश्यना शिकविणाऱ्या अनेक शिक्षकांना घडविले. भारतात विविध ठिकाणी अनेक केंद्राची स्थापना केली. त्यातील

इगतपुरी हे प्रमुख केंद्र बनले. ह्या केंद्रात प्रवेश देताना कोणतीही जातपात, धर्म, देश अथवा संप्रदाय आड येत नाही. साधना शिकण्याची इच्छा असणाऱ्या कोणत्याही गरीब, श्रीमंतास येथे मुक्त प्रवेश आहे. ज्या तात्विक बैठकीवर भारतात व परदेशात श्री.गोयंकाजी ह्या संस्था चालवतात, त्या खरोखरीच अभूतपूर्व आहेत. ह्या प्रशिक्षणात भाग घेणाऱ्या कोणत्याही साधाला यासाठी फी भरावी लागत नाही. उत्कृष्ट प्रकारचे अन्न, सेवा व निवास विनामूल्य पुरविली जातात. पुढील प्रशिक्षणाची सोयही जुन्या साधकांच्या स्वयंस्फूर्त सहभागाने होते. ह्या सहभागांत कोणतीही सक्ती किंवा अट नसते. ह्या संस्थेत कोणत्याही प्रकारचे प्रसिद्धी वलय नव्हते. प्रत्येक ठिकाणी प्रसिद्धी पराङ्मुखता व प्रचंड करूणा व प्रेम यांचा प्रत्यय साधकांना येत होता. प्रत्येक कार्यकर्त्यात सेवाभाव, प्रचंड तळमळ व आत्मीयता जाणवत होती.

धर्माचे हे शुद्ध स्वरूप जाणून धर्म आचरणात आणा आपल्या सर्वांच्या जीवनात शुद्ध धर्म जागा राहो. आपल्या सर्व दुःखाचे, अशांतीचे अवमूल्यन होवो. शुद्ध धर्म जीवनाचे अविभाज्य अंग बनो. त्यातच आपले सर्वांचे खरे कल्याण, सारे मंगल सामाविलेले आहे. प्रशिक्षणात मिळालेला अनुभव अभूतपूर्व व शब्दात सांगण्या पलीकडचा आहे. इतर प्रवचने किंवा वाचनामुळे मनात विचारांचे जे थैमान उठत असते ते एकदम शांत होऊन आम्हा साधकात विचारांची सहजता आली. आयुष्यातील आत्मसंशोधनाच्या व सत्य संशोधनाच्या प्रचंड प्रसावातील हे एक छोटेसे परंतु महत्वाचे पहिलेच पाऊल म्हणता येईल.

शुद्ध धर्माची कास धरून शील, समाधी व प्रज्ञा यांच्या मदतीने ह्याच जन्मास सत्याचा शोध घेतल्यास व संवेदनाचे तटस्थपणे निरीक्षण केल्यास धर्माचे फळ याची देही याची डोळा मिळायला हवे असा विपश्यनेचा आग्रह आहे.

□□

३७

'महत्त्वांच्या' उपयुक्ततेचे गणित

घर असो, काम असो अथवा खेळ असो हा नियम सगळीकडेच लागतो आणि या नियमाचा उपयोग करून आपण आपल्या पुढील समस्या सोप्या करून सोडवू शकतो. सध्या माहिती आणि ज्ञान याचा पूर वहातो आहे. त्याचबरोबर आयुष्यातील समस्याही वाढतांना दिसत आहेत. या समस्या अनेक कारणांनी उत्पन्न होतात. तशाच त्या सोडविण्यासाठी अनेक पर्यायही उपलब्ध आहेत. या समस्या मागील मुख्य कारणे शोधायची कशी? आणि त्यावरील उत्तम उपाय योजना निवडायच्या कशा? हाच गहन प्रश्न बहुदा सर्वापुढे असतो. यासाठीच ८०:२० या नियमाचा प्रभावी उपयोग कोणत्याही वातावरणात सहज आणि प्रभावीपणे करता येतो.

८०:२० हा नियम इटलीतील अर्थशास्त्रज्ञ पॅरेटो यांनी प्रथम मांडला म्हणून तो पॅरेटो नियम या नांवाने ओळखला जातो. या नियमाचा वापर करून एखाद्या परिणामाला जबाबदार असणारी महत्त्वाची कारणे ओळखणे सोपे जाते. या महत्त्वाच्या कारणावर जर आपण लक्ष केंद्रित करून काम केले तर होणारे परिणामही कमी वेळात आणि कमी श्रमात दूर करता येतात. या नियमांचे अजून एक वैशिष्ठ आहे ते असे कि आयुष्यातल्या कोणत्याही गोष्टीला हा नियम लागू पडतो. म्हणजेच हा नियम सार्वत्रिक आहे. थोडक्यात वैयक्तिक, कौटुंबिक, सामाजिक आणि व्यवसाईक घटनांनाही हा नियम लागू पडतो आणि सर्व प्रकारच्या समस्या सोडविण्यात खूप उपयोगी पडतो.

शोधाचा इतिहास

सिव्हिल इंजिनिअर असणारा इटालियन पिता आणि फ्रेंच माता यांच्यापोटी विल्फ्रेड पॅरेटो यांचा जन्म १९२३ साली जेनिव्हा या प्रसिध्द शहरात झाला. गणितातली पदवी घेऊन त्यांनी इंजिनिअरिंगमधील डॉक्टरेट मिळवली. पुढे त्यांचा विवाह एका रशियन तरूणीशी झाला. प्रथम इटालियन रेल्वेत आणि नंतर खाजगी कंपन्यात त्यांनी सिव्हिल इंजिनिअर म्हणून काम केले. त्यांचा खरा कल अर्थशास्त्राकडे होता. त्यामुळे सामाजिक अर्थशास्त्रीय समस्यांचा त्यांनी अभ्यास केला. अर्थशास्त्र आणि व्यवस्थापनाचे प्राध्यापक म्हणून काम केले. राजकारणातही भाग घेतला. स्वतः स्वतंत्र मताचे तंत्रज्ञ असल्यामुळे राजकारणातही निराशाच त्यांच्या पदरी आली. त्यामुळेच

कदाचित त्यांनी रशियात स्थलांतर केले. काही वादग्रस्त विषयांवर लिखाण केल्यामुळे सरकारकडून त्यांना त्रास होऊ लागला. या गोष्टीला कंटाळून त्यांनी स्वित्झर्लंडमध्ये आसरा घेतला आणि पुढे तेथेच वास्तव्य केले. १९०६ साली त्यांनी आपला जगप्रसिध्द नियम मांडला. तो असा इटलीतील ८० टक्के संपत्ती ही केवळ २० टक्के लोकांमध्ये विभागलेली आहे. पुढे आपल्या अभ्यासाच्या कक्षा रूंदावल्यावर हा नियम पृथ्वीवरील सर्व सांसारिक आणि ऐहिक गोष्टींनाही लागू पडतो. हे त्यांच्या लक्षात आले आणि ही गोष्ट जगाला समजली जसे कि आपले २० टक्के आवडते कपडे आपण ८० टक्के वेळा वापरत असतो. आपण आपल्या परिचयातील २० टक्के लोकांबरोबरच आपला ८० टक्के वेळ घालवीत असतो.

व्यवहारातील उदाहरणे

आयुष्यातील येणाऱ्या काही अनुभवांच्या नोंदी गमतीदार वाटल्या तरी खऱ्या आहेत -

- आपल्या मिळकतीतील ८० टक्के भाग २० टक्के गोष्टींवरच खर्च होतो.
- घरातील ८० टक्के धूळ २० टक्के वस्तूंवरच जमा होते.
- आपला ८० टक्के वेळ २० टक्के समस्या सोडविण्यातच खर्च होतो.
- आपल्या ८० टक्के समस्या संबंधातील २० टक्के लोकांमुळे निर्माण होतात.
- समारंभातील ८० टक्के बोलणे आणि खाणे उपस्थितातील २० टक्के माणसंच करतात.

कामाच्या जागी

- ८० टक्के कामाचा भार केवळ २० टक्के लोकांवरच पडतो.
- ८० टक्के पगार २० टक्के वरिष्ठ अधिकारीच पटकावतात.
- ८० टक्के तक्रारी २० टक्के ग्राहकांकडूनच येतात.
- ८० टक्के जागा २० टक्के वस्तूंनी व्यापलेली असते.

संसद किवा लोकसभा

- ८० टक्के मते २० टक्के उमेदवार मिळवतात.
- ८० टक्के प्रश्न २० टक्के उमेदवारांकडून विचारले जातात.
- कामकाजाचा ८० टक्के वेळ २० टक्के प्रश्नांवर घालवला जातो.
- ८० टक्के वाचक २० टक्के वृत्तपत्र. अचतात.
- ८० टक्के बातम्या वर्तमानपत्रांच्या फक्त भागात असतात.

अर्थात येथे ८०:२० याचा अर्थ शब्दशः न घेता जास्त आणि कमी असा घ्यावा. महत्त्वाच्या गोष्टी थोड्या आणि कमी महत्वाच्या गोष्टी जास्त असतात.

नियमांची उपयुक्तता

१९४० च्या सुमारास जागतिक गुणवत्तेची लाट आली. त्यात महत्वाची कामगिरी करणाऱ्या आणि गुणवत्तेचे जनक म्हणून ओळखल्या जाणाऱ्या डॉ.जोसेफ जुरान यांचे लक्ष या जागतिक नियमांकडे गेले. त्यांनी सुरुवातीला या नियमांचे नाव महत्त्वाचे थोडे आणि कमी महत्त्वाचे अधिक असे केले. डॉ. जोसेफ जुरान यांच्या निरीखणाचा अर्थ असा होता की २० टक्के असे काहीतरी ८० टक्के परिणामांना कारणीभूत असते. डॉक्टरांनी या तत्वाचे नामकरण 'पॅरेटोचा नियम' असेच केले. डॉक्टरांनी आपल्या जपानमधील कार्याच्या माध्यमातून हा उपयुक्त नियम जगातील सर्व सामान्यपर्यत पोहोचवला. अडचणी आणि समस्या सोडविण्याची एक प्रभावी आणि अत्यंत उपयुक्त पध्दती जगाला दिली. चलाख व्यवस्थापक या नियमांचा वापर करून आपल्या संस्थेची आणि स्वतःचीही परिणामकता वाढवित उत्तम आर्थिक कामगिरी करू शकतात.

नियमाचा अर्थ

८०:२० नियम म्हणजे कोणत्याही गोष्टीत थोडे (२० टक्के) महत्वाचे असते आणि खूप (८० टक्के) कमी महत्त्वाचे असते. पॅरेटो यांच्या कामात सापडलेला नियम टक्के लोकांच्या हातात ८० टक्के संपत्ती वर उरलेल्या ८० टक्के लोकांकडे २० टक्के संपत्ती असा होता. डॉ. जुरान यांच्या सुरुवातीच्या कार्यात ८० टक्के कारणांमुळे २० टक्के रिजेक्शन होते आणि महत्त्वाची २० टक्के कारणे दूर केल्यास ८० टक्के समस्या सुटतात अशा अर्थाने या नियमाचा वापर सुरू झाला. पुढे हाच नियम व्यवस्थापनातही वापरला जाऊ लागला. २० टक्के कामासाठी ८० टक्के साधनसामुग्री आणि वेळ लागतो. यासाठी त्याचा उपयोग केला गेला. नंतर हा नियम जीवनातल्या बहुतेक सगळ्या घटनांनाही लागू होतो. हे लक्षात आले. व्यवस्थापकीय शास्त्रापासून तर शारीरिक कामापर्यत सर्वासाठी.

नियमांचा उपयोग

व्यवस्थापकीय कामात पॅरेटो नियमाचा उपयोग २० टक्के गोष्टींवर आपले लक्ष केंद्रित करून ८० टक्के परिणाम पदरात पाडून घेता येतात. यासाठी करता येतो. त्यामुळे महत्त्वाच्या वीस टक्के गोष्टी निवडून त्यावर सर्व ताकदीने काम केल्यास उत्तम परिणाम मिळून आपली व्यवस्थापकीय कार्यक्षमता दाखविता येते. त्याचबरोबर याच नियमाचा वापर करून आपले वेळेचे व्यवस्थापनही पूर्ण नियंत्रणाखाली ठेवता येते. या नियमाप्रमाणे २० टक्के श्रम ८० टक्के परिणाम मिळऊन देणारे असल्यामुळे त्यांची पारख करून

त्यांच्यावर आपली ताकद परिणामकारकपणे लावता येते. आपल्या सर्वच कामासाठी पॅरेटो नियम लावा. पण त्याचा वापर चलाखीने करा. या नियमाच्या आठवणीने आपल्या वेळेचा आणि ताकदीचा उपयोग खूप महत्त्वाच्या कामासाठी करा. नुसत्याच चुणचुणीतपणे काम नको तर हा चुणचुणीपणा योग्य कामासाठी वापरला जायला हवा. क्वॉलिटी सर्कल्स सिक्स सिग्मा या कार्यपध्दतीने डॉ. जोसेफ जुरान यांनी विकसित केलेली 'पॅरेटो आकृती' खूपच प्रभावी ठरली आहे. सध्याची परिस्थिती समजाऊन घेऊन नेमकी उपाय योजना करून उपाय योजना अंमलात आणल्यावर काय परिस्थिती आहे. याचा तुलनात्मक अभ्यासही दोन्हीही परिस्थितीत काढलेल्या पॅरेटो आकृतीने करता येते.

पॅरेटोच्या नियमाप्रमाणे आपल्यापैकी २० टक्के वाचक माझ्या या लेखातील ८० टक्के भाग वाचतील अथवा ८० टक्के वाचक फक्त २० टक्के मजकूर वाचतील याची जाणीव मला आहे.

□□

३८

प्रणाली यशाची

आपण यशस्वी व्हावे असे कोणाला वाटत नाही? आपल्यातील प्रत्येक माणसाला यशस्वी व्हावेच असे वाटत असते. मग तो रेल्वे प्लॅटफार्मवरचा भिकारी असो, संगणक प्रणाली उद्योजक बिल गेट असो वा बुध्दत्वाजवळ पोहचणारा महान साधक असो. उद्दिष्ट काही का असेना यश म्हणजे योगायोग किंवा अनपेक्षित घटना नव्हे, तर आपल्या दृष्टिकोनांचा आणि यशासाठी घेतलेल्या योग्य प्रयत्नाचा परिपाक असतो. कितीतरी वेळा आपण पाहतो काही माणसे एकामागून एक अडथळे पार करून आयुष्यातील आपले ध्येय गाठतात. बाकीचे मात्र पहिल्याच अडथळयाशी थबकून पडतात असे का? बऱ्याच वेळा असे दिसते की यश म्हणजे काय हे त्यांना कळलेलेच नसते. कुठल्यातरी अस्पष्ट गोष्टी मागे ते नुसते धावत असतात. जेव्हा प्रचंड दमछाक होते तेव्हा शरीराने आणि मनाने निराश होऊन ते योग्य प्रयत्न सोडून देतात. यशप्राप्तीच्या या प्रयत्नात दोन गोष्टी महत्त्वाच्या वाटतात. पहिली गोष्ट यश म्हणजे नेमके काय हे समजाऊन घेणे आणि दुसरी यशाची प्रणाली ठरवून प्रामाणिकपणे ती आचरणात आणणे. प्रथम यश म्हणजे काय याची व्याख्या पाहू आणि मग योग्य अशा प्रणालीकडे वळूया.

यशाची व्याख्या

यश म्हणजे ‘‘उचित ध्येयाच्या दिशेने उद्दिष्ट प्राप्तीसाठी करावयाच्या सततच्या प्रवासाची अनुभूती. ही सर्वसाधारण व्याख्या तयार झाली. या व्याख्येतील प्रमुख संकल्पना’’ समजाऊन घेणे महत्त्वाचे आहे.

‘उचित ध्येय’ : हा शब्द आपल्या मूल्य प्रणालीशी संबंधित आहे. आपली मूल्ये, विचार करण्याची दिशा कशी असावी हे ‘उचित’ हा शब्द दाखवतो. आपण अवलंबलेले मार्ग योग्य की अयोग्य हे या शब्दावरून ठरत असते. ‘उचित’ ह्या ध्येयामुळेच आयुष्याला अर्थ येतो. कृतकृत्यता आणि सार्थकतेची भावना येते. हे नसेल तर यश फोल ठरते. समाजद्रोह करून प्रचंड संपत्ती मिळवणाऱ्या माणसांची अवस्था आपण बघतोच आहेत. एक उदाहरण म्हणून वीरप्पन, दाऊद अब्राहम, ओसामा बिन लादेन अशा कितीतरी माणसांची नावे घेता येतील. आयुष्यभर समाजापासून तोंड

लपवायची मरमरच शेवटी त्यांच्या वाट्याला आली ना? काय उपयोग अशा संपत्तीचा? तेव्हा यश हे आपले आणि आपल्या समाजाचही भले करणारे असायला हवे.

उद्दिष्टे : आयुष्यात ध्येय नसणे म्हणजे 'अर्थशुन्य' आयुष्य होय. त्यामुळे आयुष्य सुकाणू नसणाऱ्या होडीसारखे होते. 'फुटबॉल'चे दोन संघ मोठ्या स्फूर्तीने मैदानात उतरतात पण तेथे गोलच नसल्यास सामन्याचे काय होईल? उद्दिष्टामुळे आपल्या प्रयत्नात सातत्य येते आणि उत्साह वाढतो.

सततचा प्रवास

यशाच्या प्रवासात कोणतेही स्थानक नसते. हा प्रवास कोठेही न संपणारा, न थांबणारा असतो. एक यश संपादन केले की दुसरे पुढे ठेवले जाते.

अनुभूती : यश ही एक अनुभूती आहे. त्यामुळेच ही अनुभूती माणसागणिक वेगवेगळी असणार आहे. कुणाला सर्वसंग परित्याग करून हिमालयात जाणे यश वाटेल तर कुणाला हिमालयाएवढी संपत्ती निर्माण करून समाजात राहायला आवडेल. त्यामुळे यश हे क्षेत्र आपल्या वेगवेगळ्या कामात समान अनुभूती देणारे आहे.

यशाची प्रणाली :

संगणकीय युग :

आपण सध्या संगणकीय युगांत राहातो आहोत. ह्या युगात संगणकाने माणसाच्या आयुष्याला खूपच गती आणली आहे. पूर्वी सामान्य माणसाच्यादृष्टीने अगदी अशक्य वाटणाऱ्या गोष्टी आता आवाक्यात आल्या आहेत. अल्लाउद्दीनच्या दिव्यातील राक्षसासारखा संगणक माणसापुढे हात जोडून आपल्या आज्ञांची वाट पाहातो आहे. त्याला आपलेसे करून योग्य पद्धतीने वापरले तर यशाची अनेक दालने तो आपल्यासाठी खुली करून देईल. माणूस संगणकाला माणसाच्या मेंदूपेक्षाही ताकदवान बनविण्याची स्पप्ने पाहात असला तरी आज जगातला सगळयात बलवान आणि विस्मयकारक संगणक म्हणजे माणसाचा मेंदूच आहे. माणसाचा मेंदू प्रत्येक सेकंदाला ८०० हून अधिक गोष्टींची नोंद घेऊ शकतो आणि हे, तो सतत सुमारे ७० ते ७५ वर्षे न थकता करतो. माणसाचा मेंदू म्हणजे सुमारे १० ते १०० महापद्म (Billons) नोंदी करू शकणारे महान भांडार आहे (Store house) मला माहीत असलेला जगातील सर्वोत्तम संगणक जास्तीत जास्त काही दशलक्ष नोंदी करू शकतो. (अर्थात ह्यात क्षणाक्षणाला सुधारणा होते आहे, तरी मानवनिर्मित संगणकाला मेंदूशी स्पर्धा करायला अजून बराच काळ लागणार आहे! आज मानवाच्या शक्तीचा संगणक करावयाचा असेल तर

अमेरीकेतील एके काळच्या सर्वात मोठ्या इमारती इतकी (Empire state building) जागा लागेल आणि तो काही बिलियन वॅट एवढी विद्युत उर्जा फस्त करेल. इतक्या प्रचंड शक्तीचा संगणक सृष्टीकर्त्याने आपल्या प्रत्येकाला सहज उपलब्ध करून दिला आहे. आजच्या संगणकाच्या भाषेत उत्तम 'हार्डवेअर' हे भौतिक साधन आपल्याला अगदी सहज उपलब्ध आहे. तेव्हा यश मिळवण्यासाठी आता फक्त गरज आहे ती 'सॉफटवेअरची' संगणकीय प्रणालीची. अर्धे अधिक काम तर आपल्या पित्यानेच केलेलेच आहे. आता आपण ह्या संगणकाचा पुरेपूर उपयोग करण्यासाठी आपली स्वतःची संगणकीय प्रणाली तयार करायला हवी. हे काम जितके उत्कृष्ट होईल तितके उत्कृष्ट यश आपल्याला संपादन करता येईल. आता आपण विचार करणार आहोत तो म्हणजे उत्तमातील उत्तम संगणकीय प्रणाली कशी करता येईल याचा. ह्या प्रणालीतील शिडीवरच्या काही महत्त्वाच्या पायऱ्यांचा विचार आपल्याला करायचा आहे. संगणकीय प्रणाली म्हणजे 'आपल्याला हव्या असणाऱ्या गोष्टी मिळवून देण्यासाठी संगणकास दिलेले आज्ञापत्र.'

१) ज्वलंत इच्छा : यशाच्या शिडीवरची पहिली पायरी आहे ज्वलंत इच्छा. जे यश आपल्याला मिळवायचे आहे त्याबद्दल आपले सर्वस्व पछाडणारी ज्वलंत इच्छा आपल्या मनात निर्माण व्हायला हवी. ह्या पहिल्या पायरीला पर्याय नाही. आपले ईप्सित साध्य करण्याची तळमळ हीच आपल्याला यशाकडे नेणारी प्रबळ प्रेरणा असते. 'माणसाच्या मनामध्ये जे रूजतं आणि माणूस सतत जे मनात आणतो आणि त्यावर विश्वास ठेवतो ती गोष्ट माणूस हमखास साध्य करू शकतो. आत्यंतिक तळमळ हीच कार्यसिध्दिची सुरुवात असते. ज्वलंत, प्रबळ इच्छा नसेल तर माणसाला भव्यदिव्य असं काहीच साध्य करता येत नाही.

श्री. धिरुभाई अंबानी ह्यांच उदाहरण ह्या बाबतीत खूपच बोलकं आहे. प्राथमिक शाळेत नोकरी करणाऱ्या शिक्षकाचा हा मुलगा. गुजरात मधील एका खेड्यात बालपण गेलं. शिक्षण जेमतेम १० वी ११ वी पर्यत. नोकरीच्या निमित्ताने परदेश प्रयाण. एका पेट्रोल पंपावर नोकरी. परंतु मोठा उद्योगपती होण्याची ज्वलंत इच्छा. आपली इच्छा प्रत्यक्षात उतरवण्यासाठी घेतलेले अथक परिश्रम. स्वप्नांना दिलेली वास्तवतेची जोड. अवघ्या पसतीस चाळीस वर्षाच्या वाटचालीत भारतातला सर्वात मोठा उद्योगपती होऊन सहा हजार कोटी रुपयांच्या सार्माज्याचा मालक झाला. केवळ दुर्दम्य इच्छेचा परिणाम. दुर्दम्य इच्छा माणसाला कार्यप्रवण करते. सकारात्मक बनवते. सर्व मर्यादा ओलांडून माणूस हवे ते साध्य करू शकतो.

२) उद्दिष्टे ठरवा : एक प्रवाशी एका चौकात येऊन थांबला. त्याने तेथे असलेल्या एका वयस्कर माणसाला विचारले, ''हा रस्ता कोठे जातो?'' त्यावर त्या वयस्कर माणसाने प्रतिप्रश्न केला. ''तुम्हाला कोठे जायचे आहे ?'' प्रवाशाचे उत्तर ''मला माहीत नाही'' यावर वृध्दाचे उत्तर, ''मग कोणत्याही रस्त्याने जा.'' त्याने काय फरक पडतो? '' आपल्याला जर विशिष्ठ ठिकाणीच जायचे असेल तर त्या ठिकाणाकडे जाणारा नेमका रस्ताच धरावा लागेल. ईप्सित ठिकाणी पोहचण्यासाठी उद्दिष्टे किंवा ध्येये ही अशा नेमक्या रस्त्याचे काम करतात.

आपल्याला, द्रोणाचार्यांनी जेव्हा आपल्या विद्यार्थ्यांची धनुर्विद्येची परिक्षा घेतली तेव्हाची गोष्ट माहितीच आहे. द्रोणाचार्यानी परिक्षा देणाऱ्या पहिल्या विद्यार्थ्याला विचारले ''बाळ ! तुला काय काय दिसले?'' तो म्हणाला, ''मला झाड, फांद्या, पाने, आकाश आणि पक्षी दिसतो आहे'' दोद्रांनी विद्यार्थ्याला परत पाठविले. अशी अनेक प्रश्नोत्तरे झाली. जेव्हा अर्जुनाची पाळी आली तेव्हा तोच प्रश्न विचारला गेला. अर्जुनाने उत्तर दिले. ''मला फक्त पक्षाचा डोळाच दिसतो आहे.'' द्रोणाचार्य म्हणाले ''फार छान. बाण मार. बाण सरळ गेला आणि पक्षाच्या डोळ्यात घुसला.

आपल्याला काय करायचे आहे ? आणि ते कसे प्राप्त करायचे आहे ? याची योजना करायला हवी, म्हणजे आपल्या प्रयत्नांना दिशा मिळते. आपले ध्येय आपण कोठपर्यत गाठले आहे याचा अंदाज घेता येतो आणि आपले प्रयत्न केंद्रित होऊन लक्ष गाठता येते.

उद्दिष्ट का याचे अजून एक उदाहरण पाहा. स्वच्छ सूर्यप्रकाश पडला आहे. तुमच्या जवळ एक शक्तिशाली भिंग आहे. ते जर आपण सतत नुसते मागे पुढे करीत राहिलात तर काय साध्य होणार? त्या पेक्षा भिंगाचा प्रकाश एका बिंदुवर घेऊन त्या खाली कागद ठेवला तर तो कागद पेट घेईल. ही ताकद ध्येय असणे आणि त्यासाठी नेमके प्रयत्न करणे यांची आहे.

३) कर्तव्यापेक्षा अधिक काम करा : ॲड्र्यु कार्गेनी हा अमेरिकेत नशीब अजमावण्यासाठी गेलेला एक होतकरू तरुण स्वकर्तबगारीवर खूप मोठा झाला. लोखंड तयार करणारा जगातील एक मोठा माणूस झाला. त्याच्या मते जगातील काम करणाऱ्या सर्व माणसांची वर्गवारी तीन गटात करता येते.

१.आपले कर्तव्यही न करणारी माणसे, २. फक्त कर्तव्यापुरते काम करणारी माणसे आणि ३. आपल्या कर्तव्यापेक्षा थोडे अधिक काम करणारी माणसे. ज्याच्या हाताखालून लाखो माणसे गेलीत अशा ह्या माणसाची शिफारस आहे की, आपल्या

आयुष्यात यशस्वी व्हायचे असेल तर आपण कर्तव्यापेक्षा जास्त काम करायला शिका. यशाची फिकीर करायची गरज नाही, ते आपोआपच आपल्या मागे येईल.

जगप्रसिध्द जॉर्ज डनलॉप आपल्याला माहिती आहेतच. ते अत्यंत गरीब कुटुंबात जन्मले होते. ते राहात होते तेथे त्यांच्या जवळपास पायाने अधू असणारी एक महिला राहात होती. हालचाल करण्यासाठी ती चाकांची खुर्ची वापरत असे. त्या खुर्चीची चाके लोखंडी होती. त्यामुळे ती जेव्हा, जेव्हा हालचाल करी त्या त्या वेळी धक्का लागून तिचा पाय दुखे आणि तिला खूप वेदना होत असत. श्री. जॉर्ज डनलॉप यांना या बाईबद्दल खूप करूणा येत असे. त्या काळी रबर ह्या पदार्थाचा शोध नुकताच लागलेला होता. श्री. डनलॉप यांना एक कल्पना सुचली. त्यांनी रबराच्या पट्ट्या घेऊन त्या गाडीच्या चाकाभोवती गुंडाळल्या. त्यामुळे गाडीला धक्का लागण्याचे प्रमाण खूपच कमी झाले आणि त्या अपंग महिलेला होणाऱ्या वेदनाही खूप कमी झाल्या. पुढे डनलॉप यांनी ह्या कल्पनेचा विकास करून टायरचा शोध लावला व ते जगातली एक अत्यंत श्रीमंत व्यक्ती झाले.

४) अतूट श्रद्धा : आपल्याला काय करायचे आहे त्याच बरोबर ते कसे करायचे आहे, यावर आपली न डळमळणारी श्रद्धा हवी. श्रध्दा म्हणजे पुराव्याशिवाय एखाद्या गोष्टीवर विश्वास ठेवणे नव्हे, तर परिणामांची पर्वा न करता आपल्या ध्येयाचा पाठपुरावा करण्याचे धैर्य दाखवणे होय. मग ही श्रद्धा परमेश्वरावर असो, निसर्गावर असो, आयुष्यावर असो वा आपल्या स्वतःवर असो. ती मोठे काम करून जाते. आपल्याला काय करायचे आहे त्यावर श्रद्धा ठेऊन स्वतःला मदत करा म्हणजे आपल्याला जे व्हायचे आहे ते आपण व्हाल.

५) सकारात्मक बना : काही वर्षांपूर्वी डॉ. वसंतराव गोवारीकरांचा सत्यकथेवर आधारित 'कथा दोन महामानवांची' हा लेख वाचला.त्यात ते सकारात्मकतेचे एक उत्कृष्ट आणि जिवंत उदाहरण देतात. अर्मेनिया देशात आई, वडील आणि एक मुलगा असे एक कुटुंब राहात होते. वडिलांचा मुलावर अतिशय जीव होता. मुलगा प्राथमिक शाळेत शिकत होता. त्याचेही आपल्या वडिलांवर खूप प्रेम होते. बाळ मी जिवंत आहे तो पर्यत तुला कधीच अंतर देणार नाही असे बाबा मुलाला नेहमीच सांगत. १८८९ मधील एक दिवस परीक्षा पाहाणारा उगवला. बाबा नेहमीप्रमाणे मुलाला शाळेत पोहोचवून आपल्या कार्यालयात गेले. थोड्या वेळातच एक अजब आणि प्रलयंकारी घटना घडली. सारा गांव भूकंपाने हादरून गेला. बाबा जीवाच्या आकांताने शाळेकडे धावले. समोरचे

दृष्य बघून त्यांच्या पायाखालची जमीनच सरकली. संपूर्ण शाळा जमीनदोस्त झाली होती. अनेक मुलांचेही पालक आपल्या पाल्याचा शोध घेण्यासाठी आले होते. आपण निसर्ग कोपापुढे काय करणार ? अशा निराशेने ते घरी परतत होते. परंतु चरित्रनायक बाबा काही सामान्य नव्हते. त्यांनी आपल्या मुलाचा वर्ग कोठे होता त्याचा अंदाज घेतला. त्या जागी टिकाव पावडे घेऊन खणायला सुरुवात केली. अनेक पालकांनी त्यांना समजावयाचा प्रयत्न केला. पण व्यर्थ. ह्या बाबांनी त्यांना एकच प्रश्न केला माझ्या मदतीला येणार का? कोणीही पुढे आला नाही. ह्यानी मात्र ह्याचा उद्योग चालूच ठेवला. काही वेळाने पोलीस आणि काही सरकारी अधिकारी तेथे आले. त्यांनीही बाबांना समजावयाचा प्रयत्न केला. वेडेपणा करून आपल्या देहाला उगीचच का थकवता आहात? असाच प्रश्न केला. बाबांचे उत्तर ठरलेलेच होते. आपण माझ्या मदतीला येणार का? प्रचंड जिद्दीने पेटून बाबांचे काम चालूच होते. काही प्रयत्नानंतर दोन, तीन मोठे दगड बाजूला झाले. बाबांना एक मोठे भुयार दिसले. बाबांनी माती बाजूला करावयाच्या आपला प्रयत्नांना अधिक जोर लावला आणि काय आश्चर्य भुयारातून मुलांचा आवाज आला. बाबा मुलाला वर घेण्याचा प्रयत्न करणार एवढ्यात मुलगा म्हणाला बाबा आधी माझ्या मित्रांना काढा. एका महामानवाचाच मुलगा तो. वडिलांना सांगत होता "मी माझ्या मित्रांना धीर देऊन सांगत होतो. घाबरू नका माझे बाबा जिवंत असतील तर ते आपल्याला नक्कीच वाचवतील." बाबा तुमच्या बद्दल खात्री असल्यामुळेच आम्ही तग धरली. त्या वर्गातली सगळी मुले वाचली आणि वर्गातून बाहेर आली. हे सकारात्मक विचाराचे जिवंत उदाहरण. माणसे अडचणीला तोंड द्यावे लागले नाही म्हणून यशस्वी होत नाहीत तर येणाऱ्या प्रत्येक अडचणीवर मात करून यशस्वी होतात.

यश मिळवायचे आहे ना ? मग आपण आपले दृष्टिकोन असेच सकारात्मक ठेवावयास हवेत. त्या साठी तालीम करायला हवी. सकारात्मक मनोवृत्तीचा आणि प्रेरीत राहाण्याचा निश्चय रोज सकाळी आपला आपणच करायला हवा. प्रयत्नांची जोड नसेल तर आपला आशावाद म्हणजे वाळूचा किल्ला ठरेल. दिवास्वप्न बघणे आणि भाबडी आशा बाळगणे व्यर्थच किंवा शक्तिचा अपव्यय करणार ठरते.

६) विनोद बुद्धी वापरा : आयुष्यात विनोद बुद्धीला अतिशय वेगळे महत्त्व आहे. आयुष्यातील अनेक कठीण प्रसंग विनोद बुद्धीचा वापर करून हलके आणि सुसह्य करता येतात. वाढलेला तणाव कमी करून गंभीर प्रश्नांची उकल, शांत वातावरणात नैसर्गिक कौशल्ये आणि बुद्धीचा वापर करीत, उत्तमप्रकारे काम करता

येते. पुढील कांही प्रसंग पहा.

❍ एका रेल्वे स्टेशनवर एक भिकारी नियमितपणे भीक मागत असे. भिकाऱ्याने हात पुढे केला की एक प्रवासीही त्याला नेमाने पैसे देत असे. एक दिवस प्रवासी भिकाऱ्याजवळ आला आणि बघतो तर भिकाऱ्याचे दोन्हीही हात पुढे. आश्चर्य वाटून प्रवाश्याने विचारले कारे ? आज दोन्ही हात पुढे? भिकारी उद्गारला, साहेब ! पहिली ब्रँच यशस्वी झाली म्हणून आता दुसरीही सुरू केली. प्रवाशी खूष झाला आणि भिकाऱ्याच्या हातावर नेहमीपेक्षा जास्त म्हणजे वीस रूपये ठेऊन तो पुढे गेला.

❍ संसदेत दोन संसदपटू होते. एक खूप जाडा होता आणि दुसरा अगदी बारिक. दोघांमध्ये बराच वाद झाला. जाड संसदपटू बारक्याला म्हणला, जास्त हुषारी केलीस तर मी तुला गिळून टाकीन. त्यावर बारीक संसदपटू शांतपणे म्हणाला "हो तसे केलेस तर तुझ्या डोक्यापेक्षा जास्त मोठा मेंदू तुझ्या पोटात असेल."

❍ एका कोर्टात एक खटला चालू होता. एका चोराने एकाच ठिकाणी १२ वेळा चोरी केली होती. न्यायाधीशाने चोराला विचारले, "काय महाशय ! आपण एकाच ठिकाणी १२ वेळा चोरी का केलीत?" चोर म्हणाला "साहेब ती एका बँकेची खिडकी होती आणि त्यावर पाटी लिहिलेली होती, " भेटीबद्दल धन्यवाद. पुन्हा या !" विनोदाला दाद देऊन न्यायाधीश म्हणाले मी आज आपली मुक्तता करतो. पण पुन्हा येथे येऊ नका"!

❍ एका अरूंद रस्त्यावरून एक माणूस जात होता. दुसऱ्या बाजूनेही एक माणूस येत होता. त्याला पाहून पहिला माणूस तोऱ्यात म्हणाला, "ए मला रस्ता दे !"

दुसरा अगदी शांतपणे म्हणला, "मी आपल्याला तीच विनंती करणार होतो."

त्यावर पहिला माणूस अजून रागावून म्हणाला, "मी मूर्खांना वाट देत नसतो समजल का ?"

त्यावर पहिला माणूस तितक्यात शांतपणे म्हणाला, "मी मात्र देतो आपण प्रथम जावे"

विनोदबुध्दी शाबूत ठेवल्यामुळे आपण अशा अनेक तणावात्मक परिस्थितीतून, आपल्या मनाची शांतता कायम ठेवून चांगला मार्ग काढू शकतो. ह्यासाठी विनोदबुध्दी जागृत ठेवा.

७) चिकाटी ठेवा, कधीही माघार घेऊ नका :

आपल्या सर्वांनाच आयुष्यात आघात सोसावे लागतात. अपयश सोसावं लागत. माघार घ्यावी लागते. भगवान श्री. कृष्णही याला अपवाद नव्हते. एखाद दुसर अपयश आले तर आपण काही अपयशी ठरत नाही. बहुतेक माणस अयशस्वी होतात कारण ती

माघार घेतात.

थॉमस एडिसन हा चार वर्षाचा असतानाच त्याला शाळेतून परत पाठवल गेलं. त्याच्या खिशात चिठ्ठी होती. ''तुमच्या टॉमीला शिक्षणात गती नाही. त्याला शाळेत पाठऊ नका.'' टॉमीच्या आईने ती वाचली आणि त्या शिक्षकाला लिहिले ''माझा टॉमी नक्कीच शिकेल. मी स्वतःच त्याला शिकवेन.''

हा टॉमी म्हणजेच सुप्रसिध्द संशोधक थॉमस एडिसन. एडिसनला विजेचा दिवा तयार करण्यात यश मिळाल खरं, पण त्या आधी त्यांना हजारावर अधिक अयशस्वी प्रयोग करावे लागले.

थॉमसच्या आईने चिकाटीने थॉमसला शिकवले नसते आणि थॉमसने काही प्रयत्नातच दिवा तयार करण्याचा नाद सोडला असता तर ? आपण मात्र आज अंधारातच राहिलो असतो.

श्री. विंन्स्टन चर्चिल एक आश्चर्यकारक व्यक्ती होते. त्यांना एकदा त्यांच्याच शाळेतील स्नेहसंमेलनाला अध्यक्ष म्हणून बोलावले होते. नेहमीच्या थाटातच ते समारंभाला उपस्थित राहिले. आपला चिरूट तोंडातून काढला आणि सर्व विद्यार्थ्यांपुढे फक्त तीनच वाक्यांचे भाषण त्यांनी केले. आपण अंदाज करू शकता का कोणती होती ती तीन वाक्ये?

''कधीच माघार घेऊ नका ! कधीच माघार घेऊ नका ! कधीसद्धा माघार घेऊ नका !''

लंबीचौडी भाषणे लोक काही तासातच विसरून जातात. विसरेल का कुणी हे भाषण? मोजकेच पण आयुष्याला दिशा देणारे हे शब्द.

परमेश्वराने दिलेल्या अप्रतिम, अजोड संगणकाला साजेल अशी योग्य आणि नेटकी संगणक प्रणाली तयार करून जर आपण आपल्या संगणकाला (मेंदूला) दिलीत आणि त्या बरहुकूम प्रयत्नांची शर्थ केलीत तर अंतिम यश आपलेच आहे.

□□

व्यक्तिमत्त्व विकासावरील
डायमंड पब्लिकेशन्सची उपयुक्त पुस्तके

.